ಜ್ಞಾನಪೀಠ ಪ್ರಶಸ್ತಿ ಪುರಸ್ಕೃತ

ಡಾ. ಶಿವರಾಮ ಕಾರಂತರ

ಸಣ್ಣ ಕತೆಗಳ ಸಂಕಲನ – ಭಾಗ–೩

ತೆರೆಯ ಮರೆಯಲ್ಲಿ

ಗೀತಾಂಜಲಿ ಪುಸ್ತಕ ಪ್ರಕಾಶನ
ಕಂದಾಯ ಭವನ, ನೂರಡಿ ರಸ್ತೆ, ರಾಜೇಂದ್ರ ನಗರ
ಶಿವಮೊಗ್ಗ - ೫೭೭ ೨೦೧

TEREYA MAREYALLI

Collection of Short Stories by **Dr. Shivarama Karantha**

Published by
GEETHANJALI PUSTAKA PRAKASHANA
Revenue Building, 100ft Road, Rajendra Nagar,
Shivamogga - 577201, Karnataka.
Mobile: 9449886390, 9916197291.
E-mail: gbtmohan@gmail.com

Pages: 76
Price: 80/-

Paper Used: 70 GSM. Maplitho Size: Demy 1/8

ತೆರೆಯ ಮರೆಯಲ್ಲಿ

ಮೊದಲನೆಯ ಮುದ್ರಣ: ೧೯೩೬
ಎರಡನೆಯ ಮುದ್ರಣ: ೨೦೦೧
ಗೀತಾಂಜಲಿ ಪುಸ್ತಕ ಪ್ರಕಾಶನದಿಂದ: ೨೦೧೭

ಪುಟಗಳು: ೭೬
ಬೆಲೆ: ರೂ. 80/–

ಮುಖಪುಟ ವಿನ್ಯಾಸ: ಶ್ರೀಮತಿ ಸೌಮ್ಯ ಕಲ್ಯಾಣಕರ್.
ಕಾರಂತರ ಛಾಯಾಚಿತ್ರ: ಎ. ಎನ್. ಮುಕುಂದ

ಪುಟ ವಿನ್ಯಾಸ: ಶ್ರೀಧರ್

ಪುಸ್ತಕ ದೊರೆಯುವ ಸ್ಥಳ
ಜಿ.ಬಿ.ಟಿ ಪಬ್ಲಿಕೇಷನ್ಸ್
ದೊಣ್ಣೇಹಳ್ಳಿ ಅಂಚೆ
ಜಗಳೂರು (ತಾ) ೫೭೭ ೫೨೮
ದಾವಣಗೆರೆ ಜಿಲ್ಲೆ. ಮೊ: ೯೯೧೬೧೯೭೨೯೧

ಪ್ರಕಾಶಕರು
ಗೀತಾಂಜಲಿ ಪುಸ್ತಕ ಪ್ರಕಾಶನ
ಕಂದಾಯ ಭವನ, ನೂರಡಿ ರಸ್ತೆ, ರಾಜೇಂದ್ರ ನಗರ
ಶಿವಮೊಗ್ಗ - ೫೭೭ ೨೦೧
ದೂರವಾಣಿ: ೯೪೪೯೮೮೬೩೯೦

ಮುದ್ರಣ
ಲಕ್ಷ್ಮೀ ಮುದ್ರಣಾಲಯ, ಬೆಂಗಳೂರು

ಮುನ್ನುಡಿ

ನಾಲಗೆಯಿಂದ "ಯತ್ರ ನಾರ್ಯಸ್ತು ಪೂಜ್ಯಂತೆ ತತ್ರ ರಮಂತೇ ದೇವತಾಃ" ಎಂದು ಸಾರಿದ ದೇಶದಲ್ಲಿ, ನಾರಿಯು ಪುರುಷನ ಅರ್ಧಾಂಗಿಯೆಂದು ಸಾರುವ ನಾಡಿನಲ್ಲಿ, ನಾರಿಯ ನಿಜವಾದ ಚಿತ್ರ ಹೇಗಿದೆಯೆಂದು ಕಾವ್ಯ, ಬಾಯಬಿನ್ನಾಣಗಳ ತೆರೆಯನ್ನು ಹರಿದು, ಅದರ ಮರೆಯೊಳಗಿನ ನಿಜವನ್ನು ತೋರಿಸಲು ಇಲ್ಲಿ ಯತ್ನಿಸಿದೆ.

ಈ ಕಥೆಗಳಲ್ಲಿ ಕಾಣುವಂತೆ ನೋವಿನಿಂದ ನರಳುವ ಬಿಂಬಗಳನ್ನು ಸಾಮಾನ್ಯ ಪ್ರತಿ ಮನೆಯಲ್ಲಿ ಕಾಣುವಿರಂತೆ. ಅವರ ನೋವಿನ ನರಳುವಿಕೆಯನ್ನೇ, ಸಿಡಿದಾಟವನ್ನೇ, "ನರ್ತನದ ನಲಿವು" ಎಂದು ಸಾರುವ ನಮ್ಮ ಪಂಡಿತರಿಗೂ, ಪಾತಿವ್ರತ್ಯದ ಹೆಸರಿನಲ್ಲಿ ಬೆನ್ನು ಚಪ್ಪರಿಸುವ ಉದಾರಿಗಳಿಗೂ ಕೊರತೆ ಬರಲಾರದು.

ಪುತ್ತೂರು, ದ.ಕ. — ಇತಿ

ತಾ. ೬-೫-೧೯೩೬ — **ಶಿವರಾಮ ಕಾರಂತ**

ಸಂಪಾದಕಿಯ ಮಾತು

ಶಿವರಾಮ ಕಾರಂತರು ಏಕಕಾಲದಲ್ಲೇ ಅನೇಕ ಚಟುವಟಿಕೆಗಳಲ್ಲಿ ತೊಡಗಿಕೊಂಡಿದ್ದರಿಂದ ಕಾಲಾನುಕ್ರಮಣಿಕೆಗೆ ಅನುಗುಣವಾಗಿ ಅವರ ಸಾಧನೆಗಳನ್ನು ತಿಳಿಸುವುದು ಕಷ್ಟ. ಬರೆವಣಿಗೆಯ ವಿಷಯದಲ್ಲೂ ಅವರು ಏಕಕಾಲದಲ್ಲೇ ಕವನ, ಕಾದಂಬರಿ, ಸಣ್ಣಕತೆ, ವಿಡಂಬನೆ, ಪತ್ರಿಕಾ ವ್ಯವಸಾಯ ಇತ್ಯಾದಿ ವಿವಿಧ ಪ್ರಕಾರಗಳಲ್ಲಿ ಬರೆಯುತ್ತಿದ್ದುದರಿಂದ, ಬರವಣಿಗೆಗೆ ಸಂಬಂಧಿಸಿದಂತೆಯೂ ಒಂದರ ಹಿಂದೆ ಒಂದರಂತೆ, ಅವರ ದಾಖಲೆಗಳನ್ನು ವಿವರಿಸುವುದು ಕಷ್ಟಕರ. ಆದ್ದರಿಂದ, ಒಂದೊಂದು ಪ್ರಕಾರಕ್ಕೆ ಸಂಬಂಧಿಸಿದಂತೆ, ಅವರ ಕೃತಿಗಳ ಬಗ್ಗೆ ಸ್ಥೂಲವಾಗಿ ಪರಿಚಯಿಸಬೇಕಾಗುತ್ತದೆ. ಸಣ್ಣ ಕತೆಗಳ ಕ್ಷೇತ್ರಕ್ಕೆ ಕಾರಂತರ ಕೊಡುಗೆಗಳನ್ನು ಕುರಿತು ಇಲ್ಲಿ ಪರಿಶೀಲಿಸಬಹುದು.

ಕಾರಂತರ ಬರೆವಣಿಗೆಗಳನ್ನು ಪರಿಶೀಲಿಸಿದಾಗ, ಸಣ್ಣ ಕತೆಗಳ ಬಗ್ಗೆ ಅವರು ವಿಶೇಷ ಒಲವನ್ನು ತಳೆಯದಿರುವುದನ್ನು ಗಮನಿಸಬಹುದು. ಈ ಪ್ರಕಾರದಲ್ಲಿ ಅವರು ಯಶಸ್ವಿಯಾಗಿ ಕೈಯಾಡಿಸಿದ್ದಕ್ಕೆ ದಾಖಲೆಯಾಗಿ ಕೆಲವು ಸಣ್ಣ ಕಥಾ ಸಂಕಲನಗಳು ನಮಗೆ ಲಭ್ಯವಾಗುತ್ತವೆ.

ವಿಜಯನಗರ ಇತಿಹಾಸದ ಒಂದು ಐತಿಹಾಸಿಕ ಘಟನೆಯನ್ನು ಆಧಾರವಾಗಿ ಇರಿಸಿಕೊಂಡು ಬರೆದಿರುವ 'ಕಲ್ಲು ಕರಗಲು ಕಲ್ಲೆದೆಯು?' (ಮೇ ೧೯೨೮) 'ವಸಂತ'ದಲ್ಲಿ ಪ್ರಕಟವಾಗಿದ್ದ ಕಾರಂತರ ಸಣ್ಣಕತೆ. ಅವರ ಸಣ್ಣಕತೆಗಳಲ್ಲಿ ಇದೇ ಮೊದಲ ಕತೆಯೆಂದು ನನ್ನ ಅನಿಸಿಕೆ. 'ವಸಂತ' ಪತ್ರಿಕೆಯ ಜೂನ್–ನವೆಂಬರ್ ೧೯೨೮ರ ಸಂಚಿಕೆಯಲ್ಲಿ 'ಪಶುಬಲ' ಎಂಬ ಬಾಹ್ಯಾಕಾಶಯಾನಕ್ಕೆ ಸಂಬಂಧಿಸಿದಂತೆ ವೈಜ್ಞಾನಿಕ ಸಾಹಸಮಯ ಕಾಲ್ಪನಿಕ ಕತೆ ಪ್ರಕಟವಾಗಿದೆ. 'ರಂಗಪ್ಪನ ಗೊಂಬೆ' ಎಂಬ ಕಿರುಗತೆ (ಕೆನರಾ ಬ್ರದರ್‌ಹುಡ್ ಜರ್ನಲ್, ಜುಲೈ ೧೯೩೮) ಕಾರಂತರು ಅತ್ಯಂತ ಯಶಸ್ವೀ ಸಣ್ಣಕಥಾ ಲೇಖಕರು ಎಂಬುದನ್ನು ಶ್ರುತಪಡಿಸುವ ಸಣ್ಣಕತೆ. 'ಟಬನೌರನ ಸಾಹಸ'(೧೯೫೧) ಪತ್ರಿಕಾ ವರದಿಯನ್ನು ಆಧರಿಸಿ ಕಥಾರೂಪದಲ್ಲಿ ಹೆಣೆದಿರುವ ಬರಹ. 'ಪ್ರೀತಿ ವಿಶ್ವಾಸಗಳ ನಂದಾದೀಪ' (೧೯೫೯) ವರದಕ್ಷಿಣಾ ಶುಲ್ಕ ವಿರೋಧೀ ಕಥಾನಕ. "ನವದಂಪತಿಗಳು ಹಂಗಿನ ಬಳುವಳಿ (ವರದಕ್ಷಿಣೆ) ಬಿಟ್ಟು ಅನ್ಯೋನ್ಯ ಪ್ರೀತಿವಿಶ್ವಾಸದ ನಂದಾದೀಪ

ಬೆಳಗಿಸಿದರು" ಎಂಬ ವಾಕ್ಯದೊಂದಿಗೆ ಈ ಕತೆ ಮುಗಿಯುತ್ತದೆ. ಇವಿಷ್ಟು ಬಿಡಿರೂಪದಲ್ಲಿ ನನಗೆ ಲಭ್ಯವಾಗಿರುವ ಕಾರಂತರ ಸಣ್ಣಕತೆಗಳು.

ಮಂಗಳೂರು ಬಾಲಸಾಹಿತ್ಯ ಮಂಡಲದ ವತಿಯಿಂದ ೧೯೩೧ರಲ್ಲಿ ಪ್ರಕಟವಾದ ಹಸಿವು ಕಾರಂತರ ಮೊದಲ ಸಣ್ಣ ಕಥಾಸಂಕಲನ. ಇದರಲ್ಲಿ 'ಹಸಿವು', ಶ್ರೀಧರನ ಕುಚ್ಚು', 'ಕಳ್ಳಫಕೀರ', 'ಹೋಳಿಗೆ', 'ಸಂದಯ್ಯ ನಾಯರಿ', 'ಅಜ್ಜಿಹೆಣ', ಸೆಟ್ಟಿಸಾಲ', 'ಮಗಳ ಮದುವೆ', 'ಬಬ್ಬುಸಾಕ್ಷಿ', ಅಡುಗೆ ಮನೆ' ಎಂಬ ಹತ್ತು ಸಣ್ಣಕತೆಗಳಿವೆ. ಶಿಕ್ಷಣ ತಜ್ಞರಾಗಿದ್ದ ಪಂಜೆ ಮಂಗೇಶರಾಯರು ಹಸ್ತಪ್ರತಿ ರೂಪದಲ್ಲೇ ಈ ಕತೆಗಳನ್ನು ಮೆಚ್ಚಿಕೊಂಡು, ತಮ್ಮದೇ 'ಬಾಲ ಸಾಹಿತ್ಯ ಮಂಡಲ'ದ ವತಿಯಿಂದ ಈ ಕಥಾ ಸಂಕಲನವನ್ನು ಪ್ರಕಟಿಸಿದ್ದಲ್ಲದೆ, ಅಂದಿನ ಎಫ್.ಎ. ತರಗತಿಗಳಿಗೆ ಈ ಕೃತಿಯನ್ನು ಉಪಪಠ್ಯಪುಸ್ತಕವನ್ನಾಗಿ ಮಂಜೂರು ಮಾಡಿಸಿದ್ದರು.

ಬಡತನದ ಬೇಗೆ ಅಥವಾ ಹೊಟ್ಟೆಯ ಹಸಿವು ಮನುಷ್ಯರನ್ನು ಎಂಥೆಂಥ ಪರಿಸ್ಥಿಗೆ ತಳ್ಳುತ್ತದೆ ಎಂಬುದನ್ನು ವಿವಿಧ ಪಾತ್ರಗಳ ದೃಷ್ಟಾಂತದಿಂದ ಉದಾಹರಿಸುವ ಕತೆಗಳು ಈ ಸಂಕಲನದಲ್ಲಿವೆ. ಹೆಚ್ಚಿನ ಕತೆಗಳು ನೈಜ ಜೀವನಾನುಭವಗಳಿಂದಲೇ ಪಡೆದಿದ್ದ ಪ್ರೇರಣೆಯಿಂದ ರಚಿಸಿದ ಕತೆಗಳೆಂಬುದಾಗಿ ಲೇಖಕರು ಒಂದೆಡೆ ತಿಳಿಸಿದ್ದಾರೆ.

೧೯೩೨ರಲ್ಲಿ ಪ್ರಕಟವಾದ ೯ ಸಣ್ಣ ಕತೆಗಳನ್ನೊಳಗೊಂಡ ಹಾವು ಎಂಬ ಸಂಕಲನವನ್ನೂ ಪಂಜೆ ಮಂಗೇಶರಾಯರು ಮೆಚ್ಚಿ, ಅದು ಪ್ರಕಟಗೊಳ್ಳಲು ಸಹಕರಿಸಿದ್ದು ತಿಳಿದುಬರುತ್ತದೆ. ಇದು ಕಾರಂತರ ಸಣ್ಣಕತೆಗಳ ದ್ವಿತೀಯ ಸಂಕಲನ. ಇದರಲ್ಲಿ 'ಹಾವು', ಚಕ್ರ ತಿರುಗಿತು', 'ಗೆಳೆಯರವರು', 'ಮುಕುಂದನ ಆಸೆ', 'ಸತ್ಯ ಸೋಮಪ್ಪನ ಸಾಹಸಗಳು', 'ಕೊಳ್ಳುವ ಕಾಲ ಬರಲು', 'ಶಾಂತರಾಮ,' 'ನನ್ನಿಂದಾಗದು', 'ಗಡಗುಂಟಿಯ ಗೆಳೆಯ' ಎಂಬ ಕಿರುಗತೆಗಳಿವೆ. ಈ ಕಥೆಗಳ ಮುಖ್ಯ ವಸ್ತು ತಾರುಣ್ಯದ ಹೊಸ್ತಿಲಲ್ಲಿರುವ ಎಳೆಯರಲ್ಲಿ ಕಂಡುಬರುವ ಕಾಮುಕ ಪ್ರವೃತ್ತಿ ಮತ್ತು ಚೇಷ್ಟೆಗಳು. ಅವುಗಳನ್ನು 'ಹಾವು' ಎಂಬ ಸಂಕೇತದಿಂದ ಕಾರಂತರು ಕರೆದಿದ್ದರು. ಮನೋವಿಜ್ಞಾನವೂ ಲೈಂಗಿಕತೆಯನ್ನು ಹಾವಿನ ಸಂಕೇತದಿಂದ ಕರೆದದ್ದಿದೆ. ಜಾಗತಿಕ ಮನುಕುಲದ ಚರಿತ್ರೆಯಲ್ಲೂ ಇದೇ ಉದಾಹರಣೆಯಿಂದ ಲೈಂಗಿಕತೆಯನ್ನು ಹೋಲಿಸಿದ ಅನೇಕ ಜಾನಪದ ಕಥಾನಕಗಳಿವೆ. ಅನಾಗರಿಕ ಬುಡಕಟ್ಟು ಜನಾಂಗಗಳ ಜೀವನ ಚರಿತ್ರೆಯಲ್ಲೂ ಉದಾಹರಣೆಗಳಿವೆ. ಈ ಎಲ್ಲಾ ವಿಷಯಗಳಲ್ಲೂ ಪಾಶ್ಚಾತ್ಯ ಲೇಖಕರ ಗ್ರಂಥಗಳನ್ನು ಓದಿದ್ದ ಕಾರಂತರು ತಮ್ಮ ಈ ಸಂಕಲನಕ್ಕೆ 'ಹಾವು' ಎಂದು ಹೆಸರಿಟ್ಟಿರುವುದು, ಅಷ್ಟು ಹಿಂದೆಯೇ ಅವರ ಓದುಗಾರಿಕೆ ಯಾವೆಲ್ಲ ವಿಷಯಗಳನ್ನು ಒಳಗೊಂಡಿತ್ತೆಂಬುದರ ಬಗ್ಗೆ ಸೂಚನೆಯನ್ನು ನೀಡುತ್ತದೆ. ೧೯೩೩ರಲ್ಲಿ ಬೆಳಗಾವಿಯ ಒಂದಾಣೆ ಮಾಲೆಯಲ್ಲಿ ಪ್ರಕಟವಾಗಿದ್ದ 'ಕವಿಕರ್ಮ' ೧೯ ಪುಟಗಳ ಸಣ್ಣಕತೆ. ವಿಡಂಬನಾತ್ಮಕ ಧಾಟಿಯ ಹಾಸ್ಯಮಯ ಕಿರುಗತೆ ಇದು.

ಆರೂವರೆ ದಶಕಗಳ ಬಳಿಕ, ವಸ್ತುವಿನ ದೃಷ್ಟಿಯಿಂದ ಇಂದಿಗೂ ಅನ್ವಯಿಸುವ ಹಾಸ್ಯಮಿಶ್ರಿತವಾದ ಒಂದು ಉತ್ತಮ ವ್ಯಂಗ್ಯಾತ್ಮಕ ಕತೆ ಇದು. ಭಾಷೆ ಮತ್ತು ಬರಹದ ಶೈಲಿಯಿಂದಲೂ ಈ ಕತೆ ಇಂದಿಗೂ ಜನಪ್ರಿಯವಾಗಬಲ್ಲ ಯೋಗ್ಯತೆಯನ್ನು ಗಳಿಸಿದೆ. ೧೯೩೫ರಲ್ಲಿ 'ಸ್ವದೇಶಾಭಿಮಾನಿ' ಪತ್ರಿಕೆಯಲ್ಲಿ ಒಂದೊಂದಾಗಿ ಪ್ರಕಟಗೊಂಡು ೧೯೩೬ರಲ್ಲಿ ತೆರೆಯ ಮರೆಯಲ್ಲಿ ಎಂಬ ಸಂಕಲನವಾಗಿ ಬೆಳಕು ಕಂಡ ಹತ್ತು ಕತೆಗಳ ಸಂಕಲನದಲ್ಲಿ 'ಶಾರದೆಯ ದ್ರೋಹ', 'ಜಗತ್ತು ಯಾರಿಗೆ?', 'ಅಮ್ಮಾ, ಏಳು', 'ಪತ್ನಿಪ್ರೇಮ', 'ಕೊಟ್ಟ ಹೆಣ್ಣು ಕುಲದ ಹೊರಗೆ,' 'ಮುಂಡೆ ಕೂಳಿಗೆ ಮುನ್ನೂರು ವಿಘ್ನ', 'ತಪ್ಪಾರದು?' 'ತಂದೆಯ ಮಗುವೇ, ತಾಯಿಯ ಮಗುವೇ?' 'ಸಾವಿರಕ್ಕೊಬ್ಬಳು', 'ಅಂತರಂಗ' ಎಂಬ ಹತ್ತು ಕತೆಗಳಿವೆ. ಸ್ತ್ರೀಪರ ನಿಲುವನ್ನು ತಳೆದ ಕತೆಗಳಿವು. ಸಾಂಪ್ರದಾಯಿಕ ಹಿಂದು ಸಮಾಜದಲ್ಲಿ ಸ್ತ್ರೀಯರನ್ನು ಪುರುಷರು ಯಾವೆಲ್ಲ ವಿಧಗಳಿಂದ ಶೋಷಣೆ ಮಾಡುತ್ತಿದ್ದಾರೆ ಎಂಬುದರ ದೃಷ್ಟಾಂತರೂಪದ ಕಥಾನಕಗಳಿವು.

ಹೀಗೆ ಕಾರಂತರು ಸಾಮಾಜಿಕ ಅನಿಷ್ಟ ಪದ್ದತಿಗಳನ್ನು ಬೆಟ್ಟುಮಾಡಿ ತೋರಿಸಿ, ಅವುಗಳಿಂದಾಗುವ ಹಾನಿಗಳ ಕುರಿತು ಸಮಾಜಕ್ಕೆ ಎಚ್ಚರಿಕೆ ನೀಡುವ ಸಲುವಾಗಿ ತಮ್ಮ ಬರೆವಣಿಗೆಯ ಕಾಯಕದಲ್ಲಿ ಸಣ್ಣ ಕತೆಗಳ ಮಾಧ್ಯಮವನ್ನು ಬಳಸಿಕೊಂಡದ್ದನ್ನು ವಿಶೇಷವಾಗಿ ಗುರುತಿಸಬಹುದು. ಈ ಕತೆಗಳನ್ನು ಬರೆದ ಕಾಲ, ಕಾರಂತರ ಅಂದಿನ ಮನೋಧರ್ಮ ಮತ್ತು ಅಂದಿನ ಸಾಮಾಜಿಕ ಸನ್ನಿವೇಶಗಳನ್ನು ದೃಷ್ಟಿಯಲ್ಲಿಟ್ಟುಕೊಂಡು ವಿಮರ್ಶಿಸಿದಾಗ, ಈ ಕತೆಗಳು ಐತಿಹಾಸಿಕ ಮಹತ್ವವನ್ನು ಪಡೆದುಕೊಳ್ಳುತ್ತವೆ. ತಮ್ಮ ಆದರ್ಶಗಳಿಗೆ ರೂಪುಕೊಡಲು ಬರೆವಣಿಗೆಯನ್ನು (ನಾಟಕದಂತೆ) ಕಾರಂತರು ಉಪಯೋಗಿಸಿಕೊಂಡಿದ್ದರೂ, ತಮ್ಮ ಅನುಭವಜನ್ಯ ವಸ್ತುಗಳನ್ನೇ ಅವರು ಸುತ್ತಲಿನ ಸಮಾಜದಿಂದ ಎತ್ತಿಕೊಳ್ಳುತ್ತಲಿದ್ದುದರಿಂದ, ಅವರ ಸಣ್ಣ ಕತೆಗಳಲ್ಲೂ ಕೃತಕ ಮತ್ತು ಕಾಲ್ಪನಿಕ ಸನ್ನಿವೇಶಗಳು ತೀರಾ ಕಡಿಮೆ. ಆರೇಳು ದಶಕಗಳ ತಮ್ಮ ಸಾಹಿತ್ಯ ವ್ಯವಸಾಯದರಿ ಮುಂದಣ ವರ್ಷಗಳಲ್ಲಿ ಕಾರಂತರು ಸಣ್ಣ ಕಥಾ ಸಾಹಿತ್ಯಕ್ಕೆ ಸಂಪೂರ್ಣ ತಿಲಾಂಜಲಿ ಕೊಟ್ಟದ್ದನ್ನು ವಿಶೇಷವಾಗಿ ಗುರುತಿಸಬಹುದು.

ಇಂಥೊಂದು ಸಣ್ಣ ಕತೆಗಳ ಸಂಗ್ರಹಗಳನ್ನು ಬಿಡಿ ಬಿಡಿಯಾಗಿ ಪ್ರಕಟಿಸಿದ ಗೀತಾಂಜಲಿ ಪುಸ್ತಕ ಪ್ರಕಾಶನದ ಮೋಹನ ಕುಮಾರ ಜಿ.ಬಿ.ಟಿ.,ಹಾಗೂ ಮುಖಪುಟ ಕಲಾವಿದೆ ಶ್ರೀಮತಿ ಸೌಮ್ಯ ಕಲ್ಯಾಣಕರ್, ಪುಸ್ತಕ ವಿನ್ಯಾಸ ಮಾಡಿದ ಆರ್.ಎಸ್.ಶ್ರೀಧರ್, ಮುದ್ರಿಸಿದ ಲಕ್ಷ್ಮೀ ಮುದ್ರಣಾಲಯದವರಿಗೂ, ದಿ. ಕೋಟ ಶಿವರಾಮ ಕಾರಂತರ ಪರವಾಗಿ ಹೃತ್ಪೂರ್ವಕ ನುಡಿನಮನಗಳನ್ನು ಸಲ್ಲಿಸುತ್ತಿದ್ದೇನೆ.

ಇತಿ

ಬಿ. ಮಾಲಿನಿ ಮಲ್ಯ

ಪ್ರಕಾಶಕರ ಮಾತು

ಡಾ. ಕೆ. ಶಿವರಾಮ ಕಾರಂತ: ಕನ್ನಡ ನಾಡು ಕಂಡ ಶ್ರೇಷ್ಠ, ದಿಗ್ಗಜ ಸಾಹಿತಿಗಳಲ್ಲಿ ಡಾ.ಕೋಟ ಶಿವರಾಮ ಕಾರಂತರು ಮುಖ್ಯರು. ವೈವಿಧ್ಯಪೂರ್ಣ ಮತ್ತು ವ್ಯಾಪಕವಾದ ಸಾಹಿತ್ಯ ರಚನೆ ಮಾಡಿರುವ ಬಹುಮುಖ ಪ್ರತಿಭೆಯ 'ಕಡಲ ತೀರದ ಭಾರ್ಗವ' ನಿಜಕ್ಕೂ ತಮ್ಮ ಬದುಕು, ಚಿಂತನೆ, ಬರಹಗಳ ಮೂಲಕ ಹೊಸಗನ್ನಡ ಸಾಹಿತ್ಯದ ಶ್ರೇಷ್ಠತೆಯನ್ನು ಎತ್ತರಕ್ಕೇರಿಸಿದ ಅಪರೂಪದ ಲೇಖಕ.

ಭಾರತೀಯ ಜ್ಞಾನಪೀಠ ಪ್ರಶಸ್ತಿಗೆ ಭಾಜನರಾಗಿದ್ದ ಕಾರಂತರು ಕಾದಂಬರಿ, ಸಣ್ಣಕಥೆ, ನಾಟಕ, ಲಲಿತ ಪ್ರಬಂಧ, ಶಿಲ್ಪಶಾಸ್ತ್ರ, ಯಕ್ಷಗಾನ, ಬಯಲಾಟ, ಪ್ರವಾಸಕಥನ, ವಿಚಾರ ಸಾಹಿತ್ಯ, ವಯಸ್ಕರ ಶಿಕ್ಷಣ ಸಾಹಿತ್ಯ,

ಮಕ್ಕಳಸಾಹಿತ್ಯ, ವಿಜ್ಞಾನಸಾಹಿತ್ಯ, ನಿಘಂಟು, ಸಂಪಾದನೆ, ಇನ್ನು ಮುಂತಾದ ಸಾಹಿತ್ಯದ ಎಲ್ಲ ಪ್ರಕಾರಗಳಲ್ಲಿಯೂ ಅತ್ಯುತ್ತಮವಾದ ಕೃತಿಗಳನ್ನು ನೀಡಿರುವ ಬರಹಗಾರ. ಕನ್ನಡ ಸಾಹಿತ್ಯ, ಸಂಸ್ಕೃತಿಯ ಶ್ರೀಮಂತಿಕೆಯನ್ನು ಹೆಚ್ಚುಗೊಳಿಸಿರುವ ಕಾರಂತರ ಕೊಡುಗೆ ಮಹತ್ವದ್ದು.

ಕಾರಂತಜ್ಜರ "ಹಸಿವು," "ಹಾವು", "ಕವಿಕರ್ಮ", "ತೆರೆಯ ಮರೆಯಲ್ಲಿ" ಎಂಬ ಸಣ್ಣ ಕತೆಗಳ ಸಂಕಲನವನ್ನು ಪ್ರತ್ಯೇಕ ಸಂಕಲನಗಳಾಗಿ ತರುತ್ತಿದ್ದೇವೆ. ಈ ಮೊದಲು ಶಿವರಾಮಕಾರಂತರ ಸಾಹಿತ್ಯಶ್ರೇಣಿಯ ಸಮಗ್ರ ಸಂಪುಟಗಳಲ್ಲಿ ಪ್ರಕಟಿಸಲಾಗಿತ್ತು. ಓದುಗರ ದೃಷ್ಟಿಯಿಂದ ಬೇರೆ ಬೇರೆಯಾಗಿ ಮೂರು ಭಾಗಗಳಲ್ಲಿ ಪ್ರಕಟಿಸುತ್ತಿದ್ದೇವೆ.

ಈ ಪುಸ್ತಕಗಳ ಪ್ರಕಟಣೆಗೆ ಅವಕಾಶ ಮಾಡಿಕೊಟ್ಟ ಶ್ರೀಮತಿ ಬಿ.ಮಾಲಿನಿ ಮಲ್ಯರವರಿಗೆ ಅನಂತ ಧನ್ಯವಾದಗಳು.

ಹಾಗೆಯೇ ಕೃತಿಗಳ ಪ್ರಕಟಣೆಗೆ ಸಹಕರಿಸಿದ ಮಿತ್ರ ಡಿ. ಬಿ. ಧನಂಜಯ, ಪುಸ್ತಕ ವಿನ್ಯಾಸ ಮಾಡಿದ ಪ್ರೀತಿಯ ಆರ್. ಎಸ್. ಶ್ರೀಧರ್, ಮುಖಪುಟ ವಿನ್ಯಾಸ ಮಾಡಿದ ಶ್ರೀಮತಿ ಸೌಮ್ಯ ಕಲ್ಯಾಣಕರ್‌ರವರಿಗೆ, ಮುಖಪುಟ ಚಿತ್ರ ಒದಗಿಸಿದ ಎ. ಎನ್. ಮುಕುಂದ ಅವರಿಗೆ, ಎಂದಿನಂತೆ ಮುದ್ರಿಸಿದ ಲಕ್ಷ್ಮೀ ಮುದ್ರಣಾಲಯದವರಿಗೆ ಕೃತಜ್ಞ.

ನಮ್ಮೆಲ್ಲ ಕೆಲಸಗಳನ್ನು ಬೆಂಬಲಿಸುತ್ತಿರುವ ಹಿರಿಯರಿಗೂ, ಗೆಳೆಯರಿಗೂ ಓದುಗರಿಗೂ ಋಣಿಯಾಗಿದ್ದೇವೆ.

ಮೋಹನಕುಮಾರ ಜಿ.ಬಿ.ಟಿ.

ಪರಿವಿಡಿ

ನಮ್ಮ ಪ್ರಕಾಶನದಿಂದ ಪ್ರಕಟವಾದ

ಜ್ಞಾನಪೀಠ ಪುರಸ್ಕೃತ ಡಾ. ಶಿವರಾಮ ಕಾರಂತರ ಪುಸ್ತಕಗಳು

ಸಣ್ಣಕತೆಗಳ ಸಂಕಲನ

ಭಾಗ–೧ ಹಸಿವು

ಭಾಗ–೨ ಹಾವು

ಭಾಗ–೩ ತೆರೆಯ ಮರೆಯಲ್ಲಿ

ಹಾಸ್ಯ ಮತ್ತು ವಿಡಂಬನೆಗಳ ಸಂಕಲನ

ಮೈಗಳ್ಳನ ದಿನಚರಿಯಿಂದ

ಶಾರದೆಯ ದ್ರೋಹ

ರಾಮಾಚಾರ್ಯರ ಪರಿಚಯವಿಲ್ಲದವರೇ ನಾಗೂರಿನಲ್ಲಿಲ್ಲ. ಆ ಊರಿನಲ್ಲಿ ಸ್ವಲ್ಪವಾದರೂ ವಿದ್ವತ್ತು ಇರುವವರೆಂದರೆ ಅವರೇ. ಅವರಿಗೆ ಇಂಗ್ಲೀಷು ವಿದ್ಯೆಯ ಪರಿಚಯ ವಿಲ್ಲವೆನ್ನವುದೇನೋ ನಿಜವು. ಅವರಾದರೂ ಚಿಕ್ಕಂದಿನಿಂದಲೂ ಆ ಮ್ಲೇಚ್ಛ ಭಾಷೆಯನ್ನು ಕಲಿಯುವ ಸಾಹಸಕ್ಕೆ ಹೋಗಲೂ ಇಲ್ಲ. ಮುಖ್ಯವಾಗಿ, ಅವರು ಈಗ ರೂಢಿಗೆ ಬಂದಿರುವ, ಇಂಗ್ಲೀಷು ಪದ್ಧತಿಗಳಿಗೆ ಬದ್ಧ ವಿರೋಧಿಗಳು. ಅದು ಬಂದಂದಿನಿಂದ ವರ್ಣಸಂಕರವಾಗ ತೊಡಗಿದೆ ಎನ್ನುತ್ತಿರುವರು. ಇತ್ತ, ಇಂಗ್ಲೀಷು ಪರಿಚಯ ಇಲ್ಲವಾದರೂ ವಿದ್ವಾಂಸರೇ. ಪರಿಚಯವಿರುವವರನ್ನು ವಿದ್ವಾಂಸರೆಂದು ಯಾರೂ ಹೇಳುವುದಿಲ್ಲ. ಅವರ ವಿದ್ವತ್ತಿಗೆ ಮುಖ್ಯವಾಗಿ ಉಡುಪಿಯಲ್ಲಿ ನಾಲ್ಕಾರು ವರ್ಷಗಳ ದೀರ್ಘಕಾಲವನ್ನು ವ್ಯಯಿಸಿ ಸಂಸ್ಕೃತ ಪಾಠ ಮಾಡಿದುದೇ ಕಾರಣವು. ನಿಜ, ಅವರಿಗೆ ವಿದ್ವಾನ್ ಪದವಿ ದೊರೆತಿಲ್ಲವೆಂಬುದು. ಆದರೆ – ಯೋಗ್ಯ ಬ್ರಾಹ್ಮಣನಿಗೆ ಎಷ್ಟರಮಟ್ಟಿನ ಶಾಸ್ತ್ರಪುರಾಣಗಳ ಪರಿಚಯವು ಅವಶ್ಯವೋ ಅಷ್ಟೆಲ್ಲವೂ ಅವರಲ್ಲಿತ್ತು. ಅದಲ್ಲದೆ, ವರ್ಷಕ್ಕೊಮ್ಮೆಯಾದರೂ ಭಾಗವತ, ಭಾರತಗಳನ್ನು ಪಾರಾಯಣ ಮಾಡುತ್ತಿರುವರು. ಇಂಥವರಲ್ಲಿ ಸನಾತನ ಧರ್ಮವು ಸಜೀವವಾಗಿ ನೆಲೆಸದಿದ್ದರೆ ಇನ್ನಾರಲ್ಲಿ ನೆಲೆಸಬೇಕು?

ಮಳೆಗಾಲವು ತೊಡಗಲು ಬೇಸಾಯವು ತೊಡಗುವುದಷ್ಟೆ. ಆದರೆ ಬೀಜಗಳನ್ನು ಬಿತ್ತಿ, ಗಿಡಗಳನ್ನು ನಟ್ಟಂದಿನಿಂದ ಕೊಯ್ಯುವ ಕಾಲ ಬರುವ ತನಕ, ಊರವರಿಗೆ ವಿಶ್ರಾಂತಿ. ಆದ್ದರಿಂದಲೇ – ಮಳೆಗಾಲದಲ್ಲಿ, ಮುಖ್ಯವಾಗಿ, ನಾಗೂರು ಆಚಾರ್ಯರ ಮನೆಯಲ್ಲಿ ನಿತ್ಯ ಊರ ಹಿರಿಯರು ಸೇರುತ್ತಿದ್ದರು. ಊಟವಾದ

ಬಳಿಕ ಆಚಾರ್ಯರು ಕನ್ನಡಕವನ್ನು ಇಟ್ಟುಕೊಂಡು ತಮ್ಮ ಮನೆಯ ಜಗಲಿಯ ಮೇಲೆ ಬಂದು ಕುಳಿತುಕೊಳ್ಳುವರು. ಅವರ ಸುತ್ತ ಊರ ಜನರು ಸೇರುವರು. ಸ್ಪೃಶ್ಯ ವರ್ಗದವರು ಚಾವಡಿಯ ಮೇಲೆ ಅವರಿಗೆದುರಾಗಿ, ನಯವಿನಯಗಳಿಂದ ಕೈಕಟ್ಟಿ ಕುಳಿತುಕೊಂಡರೆ ಇಷ್ಟಿಷ್ಟು ಕದಲುವಂತಿಲ್ಲ, ಚಾವಡಿಯಿಂದ ದೂರಕ್ಕೆ, ಮಳೆಯಿಲ್ಲದ ದಿನ ಕೆಲವೊಂದು ಕೀಳುಜಾತಿಯವರೂ ಸೇರುವುದುಂಟು. ಇವರೆಲ್ಲರಿಗೂ ನಿತ್ಯವೂ ಆಚಾರ್ಯರ ಬಾಯಿಯಿಂದ ಭಾಗವತ, ರಾಮಾಯಣ, ಭಾರತಗಳ ಪ್ರವಚನಗಳನ್ನು ಕೇಳುವುದೆಂದರೆ ಪ್ರಾಣ. ಊರಿನ ಒಬ್ಬ ಭಾಗವತನು ಗ್ರಂಥವನ್ನು ಬಿಡಿಸಿ, ಒಂದೊಂದೇ ಪದ್ಯವನ್ನು ತಲೆ ತೂಗುವಂತೆ ಹಾಡಿ ಹೇಳಲು, ಅದರ ಸಾರವನ್ನೋ, ಭಾವಾರ್ಥವನ್ನೋ, ಗೂಢಾರ್ಥವನ್ನೋ ರಾಮಾಚಾರ್ಯರು ಬಿಡಿಸಿ ಹೇಳುವರು. ಹರಿಕೀರ್ತನೆಯನ್ನು ಕೇಳಿದಂತೆ ಅವರ ವ್ಯಾಖ್ಯಾನಗಳು ಸಂದರ್ಭಕ್ಕೆ ಸರಿಯಾಗಿ, ಅಲ್ಲಲ್ಲಿ ಸಂಸ್ಕೃತ ಶ್ಲೋಕಗಳು, ಉಪಕಥೆಗಳು ಎಲ್ಲವೂ ಬರುತ್ತಿದ್ದುವು. ಎಷ್ಟೋ ಬಾರಿ ಕುಳಿತಿದ್ದವರು – ತಮಗಾದ ಆನಂದಕ್ಕೆ ತಕ್ಕ ಧನ್ಯವಾದಗಳನ್ನು ಕುಮಾರವ್ಯಾಸನಿಗರ್ಪಿಸಲೋ ಇಲ್ಲವೇ ಆಚಾರ್ಯರಿಗರ್ಪಿಸಲೊ ಎಂದು ಸಂಕಟಕ್ಕೆ ಬೀಳುವುದುಂಟು. ನಿಜಕ್ಕೂ ಅವರ ವ್ಯಾಖ್ಯಾನದ ಸ್ವಾರಸ್ಯ ಅಷ್ಟಿತ್ತು.

ಚಾವಡಿಯಲ್ಲಿ ಊರ ಗಂಡಸರ ಸಭೆ ಸೇರಿದರೆ, ಚಾವಡಿಯ ಈ ಬದಿಯಲ್ಲೊಂದು ಕೊಠಡಿಯಿದೆ. ಅಲ್ಲಿ ಊರ ನಾರಿಯರು ಸೇರುವರು. ಕೊಠಡಿಯ ಕಿಟಕಿಯಿಂದ ಆಚಾರ್ಯರ ಅಮೃತಸಮಾನ ವಾಣಿಯು ಕೇಳಿಸುತ್ತಿತ್ತಲ್ಲದೆ, ಅವರ ಭಾವಗರ್ಭಿತವಾದ ಮುಖಮುದ್ರೆಗಳೂ ಕಾಣಿಸುತ್ತಿದ್ದವು. ಸಂಜೆ ಪುರಾಣಶ್ರವಣವಾಯಿತೆಂದರೆ ಅವರಲ್ಲಿನ ಎಷ್ಟೋ ಕಿರಿಯರು ಆಚಾರ್ಯರ ಅಡಿದಾವರೆಗಳಿಗೆ ಎರಗಿ, ತಮ್ಮ ತಮ್ಮ ನಿಲಯಗಳಿಗೆ ಹೋಗುತ್ತಿದ್ದರು. ಆಚಾರ್ಯರ ವಚನಾಮೃತದಿಂದ ಅವರ ಮಡದಿ ಶಾರದೆಯು ತನ್ನ ಜೀವನವೇ ಧನ್ಯವೆಂದು ತಿಳಿದಿದ್ದಳು. ಶಾರದೆಯು ಆಚಾರ್ಯರಿಗೆ ಮದುವೆಯಾದುದು, ಅವಳು ಎಂಟು ವರ್ಷದ ಮಗುವಿದ್ದಾಗ. ಆದರೆ ಪತಿಯ ವಿದ್ಯಾಭ್ಯಾಸದ ನಿಮಿತ್ತ ಉಡುಪಿ ಕ್ಷೇತ್ರದಲ್ಲಿಯೇ ವಾಸಮಾಡುತ್ತಿದ್ದ ಕಾರಣ ಪತಿಯ ನಿಜ ಪರಿಚಯವಾಗುವಾಗ ಹದಿನಾಲ್ಕು ವಯಸ್ಸಾಗಿತ್ತು. ಆಗ ಆಚಾರ್ಯರ ವಿದ್ಯಾಭ್ಯಾಸವು ಮುಗಿದು ಅವರು ಮನೆಯನ್ನು ಸೇರಿಕೊಂಡರು. ಇತ್ತ ತಮ್ಮ ತಂದೆಯವರು ತೀರಿಕೊಂಡುದರಿಂದ ಗೃಹಕೃತ್ಯಕ್ಕೆ ಅವರೇ ಕುಳಿತುಕೊಳ್ಳಬೇಕಾಯಿತು. ಆ ಸಮಯಕ್ಕೆ ಸರಿಯಾಗಿ ಶಾರದೆಯು ಗಂಡನ ಜೀವನದಲ್ಲಿ ತನ್ನ ಪಾಲಿನ ಹೊರೆಯ್ನು ನಿರ್ವಹಿಸಲು ಸಿದ್ಧಳಾದಳು. ಅಂದಿನಿಂದ ಅವಳು ಇಂದಿನ ತನಕ ಪತಿಯೇ ಪರದೇವತೆಯೆಂದು ತಿಳಿದು ಅಖಂಡ ಭಕ್ತಿಯಿಂದ ನಡೆದುಕೊಂಡು ಬಂದಿದ್ದಳು. ಅದರಲ್ಲೂ ಪತಿಗಿರುವ ಮಾನ್ಯತೆ ಅವರಿಗಿರುವ ವ್ಯಕ್ತಿ ಪರಿಚಯಗಳನ್ನು ಕಂಡು ಅವಳ ಪಾಲಿಗೆ ಸ್ವರ್ಗವು ಸಿಕ್ಕಿದಷ್ಟು ಆನಂದವಾಗುತ್ತಿತ್ತು.

ಇತ್ತ ನಮ್ಮ ಆಚಾರ್ಯರು ವಿದ್ವಾಂಸರಾದರೂ, ತುಸು ಎದರುಸಿಟ್ಟಿನವರು. ತಾಳ್ಮೆ ಸ್ವಲ್ಪ ಕಡಿಮೆ. ಅವರಿಗೆ ಸಿಟ್ಟು ಬರುವುದೆಂದರೆ ಅರೆ ನಿಮಿಷದಲ್ಲಿ. ಅಡುಗೆ ತುಸು ಬೇಗವಾಗಿ ಅನ್ನ ತಣಿದರೆ ಸಿಟ್ಟು ಬರುವುದು, ತುಸು ನಿಧಾನವಾದರೆ, ಹಸಿವಿನಿಂದ ಇನ್ನಷ್ಟು ಸಿಟ್ಟು. ಊಟಕ್ಕೆ ಕುಳಿತರೆ – ಅವರ, ಉಡುಪಿಯಲ್ಲಿ ತಿದ್ದಿದ ನಾಲಗೆಗೆ ಸ್ವಲ್ಪ ವಿಚಿತ್ರವಾದ ರುಚಿಯು ಕಂಡರೆ ಹುಲಿಯಂತೆ ಹಾರಿಬಿಡುವರು. ಇತ್ತ, ಶಾರದೆಗೆ ಹೊಸ ಸೀರೆಯನ್ನು ಕೊಳ್ಳುವ ಕಾಲವು ಬಂದು ಅವಳೆಲ್ಲಾದರೂ "ಶೀರೆ ಬೇಕೆ"ಂದು ನುಡಿದರೆ – 'ನೀನು ಮನೆಯನ್ನು ಇರಿಸುವಳಲ್ಲ'ವೆಂದು ಗದರಿಸಿ ಬಿಡುವರು. ಹೀಗೆ, ನಿತ್ಯವೂ ಒಂದೆರಡು ಅನುಭವಗಳು ಅವಳ ಪಾಲಿಗೆ ಆಗದಿರುತ್ತಿರಲಿಲ್ಲ. ಆದರೆ ಕೆಲವೊಂದು ಬಾರಿ–ಇದೇನೋ ತನ್ನ ದುರದೃಷ್ಟವೆಂದು ಶಪಿಸಿಕೊಳ್ಳುವಳು. ಆದರೆ ಅದೆಷ್ಟು ಹೊತ್ತಿನ ವರೆಗೆ? ಮಧ್ಯಾಹ್ನದ ಪ್ರವಚನಗಳನ್ನು ಕೇಳುವ ವರೆಗೆ. ಅದನ್ನು ಕೇಳಿದಳೆಂದರೆ ಅವಳ ಪತಿಭಕ್ತಿ ನೂರು ಮಡಿಯಾಗುವುದು. ಅಷ್ಟಾಗದಿದ್ದರೆ–ಅವಳು ಅವರ ಬಾಯಿಯಿಂದಲೇ, ಸೀತಾ, ತಾರೆ, ಮಂಡೋದರಿ, ದ್ರೌಪದಿ, ಲೋಪಾಮುದ್ರೆ ಮುಂತಾದ ಪತಿವ್ರತೆಯರ ಚರಿತ್ರೆಯನ್ನು ಕೇಳಿ ಉಪಯೋಗವೇನು? ಬೆಳಗಾಯಿತೆಂದರೆ ಅವಳು "ಅಹಲ್ಯಾ ದ್ರೌಪದೀ ಸೀತಾ ತಾರಾ ಮಂಡೋದರೀ ತಥಾ" – ಎಂಬ ಪವಿತ್ರ ನುಡಿಯನ್ನು ಆಡುವಳು. ಇತ್ತ ಆಚಾರ್ಯರಿಗೂ ಪೂರ್ವಕಾಲದ ಪತಿವ್ರತೆಯರೆಂದರೆ ಆನಂದದಿಂದ ರೋಮಾಂಚನವಾಗುವುದು. ಯಾರ ಮನೆಯಲ್ಲಾದರೂ ಸರಿಯೇ, ಹೆಂಡತಿಯೆನ್ನುವ ಕುಲದವಳು ಗಂಡನಿಗೆ ಒಂದು ಮಾತು ಎದುರಾಡಿದರೆ ಸರಿ – ಉರಿದು ಬೀಳುವರು. ಅವರಿಗೆ ಆಗಾಗ ಈ ಕಲಿಯುಗ ಬಂದುದನ್ನು ಕಂಡು ಅತಿಶಯ ದುಃಖವಾಗುವುದು. ಅಂಥ ಪ್ರಸಂಗಗಳಲ್ಲಿ ಅವರು ಬಳಿಯಲ್ಲಿರುವವರೊಡನೆ – 'ಸ್ವಾಮಿ, ಇನ್ನಿನ್ನು ಪ್ರಪಂಚವೇ ತಲೆಕೆಳಗಾಗುವುದೆಂದು ಕಾಣುತ್ತದೆ. ಹಿಂದಿನ ಪತಿವ್ರತೆಯರೆಂದರೇನು? ಹಾ! ಹಾ! ಆದರೆ – ಈಗಿನ ಕಾಲದ ಹೆಂಗಸರು – ಈಗಾಗಲೇ ಪೇಟೆಯ ಮಾಟಗಾರ್ತಿಯರ ಹಾದಿಯನ್ನು ಹಿಡಿಯುವ ಹಾಗೆ ಕಾಣುತ್ತದೆ' ಎನ್ನುವರು. ಅದರಲ್ಲಿ ಆಶ್ಚರ್ಯವಾದರೂ ಏನು?

ಇಂತಹ ಆದರ್ಶ ದಂಪತಿಗಳು ನಮ್ಮ ಆಚಾರ್ಯರು. ಅವರ ಪತ್ನಿ ಶಾರದೆಯು ತನ್ನಿಂದ ಆದಷ್ಟು ಬಗೆಯಿಂದ ಪತಿ ಸೇವೆ ಮಾಡಿ ತನ್ನ ಜನ್ಮವನ್ನು ಸಾರ್ಥಕಗೊಳಿಸಿಕೊಳ್ಳಬೇಕೆಂದು ಅವಳ ಎಣಿಕೆ. ಆದರೆ, ಇಂತಹ ಶಾರದೆಯು ಸಹ ದ್ರೋಹಮಾಡಿದಳೆಂದ ಬಳಿಕ ಕಲಿಯುಗದ ಮಹಿಮೆಯನ್ನು ಕಾಣಬಾರದೇ? ಅದರಲ್ಲಿಯೂ ಶಾರದೆಯ ಪಾಲಿನ ದ್ರೋಹವು ಸಾಮಾನ್ಯ ದ್ರೋಹವಲ್ಲ: ದೈವದ್ರೋಹ! ಅದು ಯಾವ ಪ್ರಾಯದಲ್ಲಿ ಬಲ್ಲಿರಾ? ತನ್ನ ೨೪ನೇ ವಯಸ್ಸಿನಲ್ಲಿ! ಇತ್ತ ತಾನು ಹಡೆದ ಹತ್ತು ವರ್ಷದ ಹೆಣ್ಣು ಕೂಸು ಇದೆ. ಯೋಗ್ಯ ಜಾತಕವು ದೊರೆಯದೆ ಅವಳ ವಿವಾಹವೂ ನೆಡೆದಿರಲಿಲ್ಲ.

ಅಂತಹ ಹೆಣ್ಣು ಕೂಸು ಕಣ್ಮುಂದಿರುತ್ತಾ ಶಾರದೆಯು ಪತಿ ದ್ರೋಹ ಮಾಡಿದರೆ, ಆ ಹೆಣ್ಣುಮಗಳು ಅದೇ ಹಾದಿ ಹಿಡಿದರೆ ಅಪವಾದವು ಯಾರಿಗೆ?

ಅಂತು, ಪ್ರಸಂಗವನ್ನು ಬಿಡಿಸಿ ಹೇಳದೆ ನಿಮಗೂ ಅವಳ ಅಪರಾಧವು ತಿಳಿಯಲಿಕ್ಕಿಲ್ಲ. ಶಾರದೆಗೆ ಚಿನ್ನಾಭರಣಗಳ ಮೇಲೆ ಪ್ರೀತಿ ಸ್ವಲ್ಪ ಅಧಿಕ. ಆದರೆ ಅವಳು ಗಂಡನನ್ನು ಅದಕ್ಕಾಗಿ ಕಾಡಿದವಳಲ್ಲ. ಕಾಡಿದರೂ ಕಾಂಚನದ ಮೇಲೆ ಕಡಿಮೆ ಪ್ರೀತಿಯಿಲ್ಲದ ಆಚಾರ್ಯರು, ಪೂರೈಸುವಂತಿದ್ದಿಲ್ಲ. ಆದರೆ ಶಾರದೆಗೆ ತವರುಮನೆಯವರು ನೂರಿನ್ನೂರು ರೂಪಾಯಿಯ ಚಿನ್ನಾಭರಣಗಳನ್ನು ಅವಳ ಲಗ್ನದ ಕಾಲದಲ್ಲಿಯೇ ತೊಡಿಸಿದ್ದರು. ಅದನ್ನು ಅಮಾವಾಸ್ಯೆ ಹುಣ್ಣಿಮೆಗೊಮ್ಮೆ ತನ್ನ ಡಬ್ಬಿಯಿಂದ ಹೊರತೆಗೆದು ಅವಳು ತೊಟ್ಟುಕೊಳ್ಳುವುದುಂಟು. ಆದರೆ, ಪತಿಯ ಪಾಲಿಗೆ ಅದನ್ನು ಅರ್ಪಿಸುವ ಪ್ರಸಂಗವು ಒಂದು ಬಂದಿತು. ರಾಮಾಚಾರ್ಯರ ಆಸ್ತಿಯ ಮೇಲೆ ನೂರಿನ್ನೂರು ರೂಪಾಯಿಯ ಸಾಲವಿತ್ತು. ಅದನ್ನು ತೀರಿಸುವುದಕ್ಕೆ ಅನುಕೂಲತೆಯು ಅವರಿಗಿದ್ದಿರಲಿಲ್ಲ. ಇತ್ತ ಸಾಲಗಾರರು ಸುಮ್ಮನೆ ಕುಳಿತಿರಲಾರದೆ ದಾವೆ ಮಾಡಿದರು. ದಾವೆಯು ತನ್ನ ಸಂಸ್ಕಾರವನ್ನೆಲ್ಲ ಹೊಂದಿ ಡಿಕ್ರಿಯ ಸ್ವರೂಪವನ್ನು ತಾಳಿತು. ಆಚಾರ್ಯರಿಗೆ ಚಿಂತೆ ಬಲವಾಯಿತು. ನಿವಾರಣೆಗೆ ತಿರುಗಿ ಸಾಲಮಾಡಲು ಮನಸ್ಸಿರಲಿಲ್ಲ. ಸಹಜವಲ್ಲವೇ? ಅವರ ಮನಸ್ಸು ಮೆಲ್ಲಗೆ ಶಾರದೆಯ ಚಿನ್ನದ ಕಡೆಗೆ ಹರಿಯಿತು ಆದರೆ ಬಾಯ್ಬಿಟ್ಟು ಕೇಳಿದರೆ ಅವಳು ಕೊಡುವಳೆಂಬ ಧೈರ್ಯವು ಅವರಿಗಿಲ್ಲ. ಅದಕ್ಕೊಂದು ಉಪಾಯಮಾಡಿದರು. ಒಂದು ದಿನ ಪ್ರವಚನ ಕಾಲದಲ್ಲಿ ಕಥೆ ಬಂತು 'ಹಿಂದಿನ ಕಾಲದ ಪತಿವ್ರತೆಯರೆಂದರೆ ಹಾಗೆ ಹೀಗೆ' ಎಂದೆಲ್ಲಾ ಬಣ್ಣಿಸಿದರು. 'ಆದರೆ ಈಗಿನ ಹೆಂಗಸರ ಅವಸ್ಥೆ ಹೇಳಿತೀರದು. ಗಂಡನು ಸಾಯುತ್ತಿದ್ದರೂ ಅವರಿಷ್ಟೂ ಸ್ವಾರ್ಥ ಬಿಡರು'– ಎಂದರು. ಈ ಮಾತು ಶಾರದೆಯ ಪತಿವ್ರತಾ ಅಂತಃಕರಣಕ್ಕೆ ನಾಟಿತು. ಈ ಕತೆ ಕೇಳಿದ ಒಂದೆರಡು ದಿನಗಳಲ್ಲಿ, ಅವಳಿರುವಾಗಲೇ ಅವರ ಗೆಳೆಯರೊಬ್ಬರು – 'ಏನು ಆಚಾರ್ಯರೇ, ಏನು ಮಾಡಿದಿರಿ, ಅವರ ಸಾಲ ತೀರಿಸಲು? ಅವರು ವಾರಂಟನ್ನು ತಂದಾರೆಂದು ಅಂಜಿಕೆ' ಎಂದರು. ಅದು ತನಕ ಶಾರದೆಗೆ ಈ ಸಾಲದ ಸುದ್ದಿ ತಿಳಿದಿರಲಿಲ್ಲ. ಹೀಗಾಗಿ ಆತುರದಿಂದ ಕೇಳುತ್ತಿದ್ದಳು. ಆಚಾರ್ಯರು – "ದೇವರೇ ಕಾಯಬೇಕು. ನನ್ನ ಹತ್ತಿರ ಒಂದು ಒಡಕು ಕಾಸು ಸಹ ಇಲ್ಲ. ಆ ಶ್ರೀಮನ್ನಾರಾಯಣನು ಏನು ಅನುಗ್ರಹ ಮಾಡುವನೋ ಮಾಡಲಿ" ಎಂದುಕೊಂಡರು.

ಮಧ್ಯಾಹ್ನ ಊಟಕ್ಕೆ ಕುಳಿತಾಗ ಶಾರದೆಯು ತಾನಾಗಿ "ಅಷ್ಟು ಹಣದ ತಗಾದೆ ಇದ್ದರೆ, ಮನೆಯ ಚಿನ್ನವನ್ನು ಮಾರಾಟ ಮಾಡಿಯಾದರೂ ತೀರಿಸಬಾರದೇ? ನಿಮಗಲ್ಲದ್ದೇ"? ಎಂದಳು. ಆಚಾರ್ಯರು ಬಹಳ ದಾಕ್ಷಿಣ್ಯದಿಂದ ಸ್ವೀಕರಿಸಿದರು. ಅವರಿಗೆ ಏನೂ ಮನಸ್ಸಿರಲಿಲ್ಲವೆಂದು ಹೇಳುತ್ತಿದ್ದರು. ಈ ಆಭರಣಗಳಲ್ಲಿ ಒಂದನ್ನು

ಮಾತ್ರ ಶಾರದೆಯು ಕೊಟ್ಟಿರಲಿಲ್ಲ. ಅದು ಅವಳು ತಲೆಗೆ ಮುಡಿಯುವ ಚಿನ್ನದ ಕೇದಗೆ ಹೂ. ಅದನ್ನು ಕೊಡುವಂತೆಯೂ ಇರಲಿಲ್ಲ. ಶಾರದೆಯ ತಾಯಿಯು ಅವಳಿಗೆ ಅದನ್ನು ಪ್ರೀತಿಯಿಂದ ಕೊಟ್ಟದ್ದು. ಅವಳಿಗೆ ಅವಳ ತಾಯಿಯು ಕೊಟ್ಟಿದ್ದಂತೆ! ಶಾರದೆಯೆನ್ನುತ್ತಿದ್ದಳು, – ಆ ಕೇದಗೆ ಹೂವಿಗೆ ಹತ್ತು ತಲೆಗಳಾದರೂ ಆಗಿರಬೇಕೆಂದು. ಆಚಾರ್ಯರು ಮನೆಯ ದೇವರ ಪೆಟ್ಟಿಗೆಯನ್ನು ಎಷ್ಟು ಭಕ್ತಿಯಿಂದ ಕಾಣುತ್ತಿದ್ದರೋ ಶಾರದೆಯು ಈ ಕೇದಗೆ ಹೂವನ್ನು ಅಷ್ಟು ಭದ್ರತೆಯಿಂದ ಕಾಣುತ್ತಿದ್ದಳು. ಆದರೆ ಅವಳ ದುರ್ದೈವ! ಒಂದು ದಿನ ಅವಳು ಕೆರೆಗೆ ಸ್ನಾನಕ್ಕೆ ಹೋದಾಗ ಕೋಣೆಗೆ ಕದವನ್ನಿಕ್ಕಲು ಮರೆತು ಹೋದಳು. ಬರುವಾಗ ಕೇದಗೆ ಹೂವೇ ಇಲ್ಲ. ಒಳಗೊಳಗೆ ತುಂಬಾ ಅತ್ತಳು. ಇತ್ತ ಪತಿಗೆ ತಿಳಿಸಿದರೆ ಅವರು ಸಿಟ್ಟಾದಾರೆಂದು ಅವರೆದುರಿಗೆ ಬಾಯಿ ತೆರೆಯಲಿಲ್ಲ. ಆದರೆ ಒಂದು ದಿನ ಅವರಾಗಿ – 'ಏನು, ನೀನು ಕೇದಗೆ ಹೂವು ಮುಡಿಯುವುದನ್ನು ಕಾಣುವುದೇ ಇಲ್ಲವಲ್ಲ. ಆ ದಿನ ಉಳಿದ ನಗಗಳೊಂದಿಗೆ ಅದನ್ನೂ ಮಾರಲಿಲ್ಲವಷ್ಟೇ? ಎಂದರು. ಶಾರದೆಯು ಅಂಜಿ ಅಂಜಿ ನಿಜಸ್ಥಿತಿ ಹೇಳಿದಳು. ಆಚಾರ್ಯರು – 'ಮೈಮೇಲೆ ಎಚ್ಚರವಿಲ್ಲದಿದ್ದರೆ ಇನ್ನೇನಾಗುತ್ತದೆ?' ಎಂದು ಗದರಿಸಿದರು. ಪುಣ್ಯಕ್ಕೆ ಅವರ ಸಿಟ್ಟು ಅಷ್ಟರಲ್ಲಿಯೇ ಶಾಂತವಾಯಿತು. ಆದರೆ ನಿಜಕ್ಕೂ ಶಾರದೆಯ ವ್ಯಥೆ ಮಾತ್ರ ಮರೆಯುವಂತಿಲ್ಲ.

ಈ ಘಟನೆಯಾಗಿ ಎರಡು ಮೂರು ವರ್ಷಗಳಾದರೂ ಸಂದಿರಬೇಕು. ಅದೊಂದು ಮಳೆಗಾಲ, ಶಾರದೆಯು ಒಳಗಿನ ಕೊಠಡಿಯಲ್ಲಿ ಕುಳಿತುಕೊಂಡು ರಾಮಾಯಣ ಕೇಳುತ್ತಿದ್ದಳು. ಅವಳ ಜತೆಯಲ್ಲಿ ಆರೆಂಟು ಹೆಂಗಸರೂ ಇದ್ದರು. ಅವಳ ಮುಂದಕ್ಕೆ ಬೆನ್ನು ಹಾಕಿಕೊಂಡು, ಅವಳ ಗೆಳತಿ ಗಂಗಕ್ಕ ಕುಳಿತಿದ್ದಳು. ಗಂಗಕ್ಕನಿಗೂ ಭಾಗವತ ರಾಮಾಯಣವೆಂದರೆ ಜೀವವಿರಬೇಕು! ಕಾರಣ, ಆಚಾರ್ಯರು ಪುರಾಣ ಹೇಳತೊಡಗಿದಂದಿನಿಂದ ಅವಳು ಇದುವರೆಗೆ ಒಂದೇ ಒಂದು ದಿನ ಬಾರದೆ ಉಳಿದುಕೊಂಡವಳಲ್ಲ. ಈ ದಿನ ರಾಮಾಯಣದಲ್ಲಿನ ಒಂದು ಸಂಧಿಯನ್ನು ಓದುತ್ತಿದ್ದರು. ಸುಗ್ರೀವನ ಸಖ್ಯವಾಗಿ, ಶ್ರೀರಾಮಚಂದ್ರನು ಚೂಡಾಮಣಿಯನ್ನು ಸೀತಾದೇವಿಯ ಬಳಿಗೆ ಹನುಮಂತನೊಂದಿಗೆ ಕೊಟ್ಟು ಕಳುಹಿಸಿದ ಕಥೆ ಬಂದಿತು. ಆಚಾರ್ಯರು ಆ ಚೂಡಾಮಣಿಯ ಲಕ್ಷಣಗಳನ್ನು ಬಣ್ಣಿಸುವ ಗಳಿಗೆಗೆ ಸರಿಯಾಗಿ ಗಂಗಕ್ಕನು ತನ್ನ ತುರುಬನ್ನು ಮುಟ್ಟಿಕೊಂಡಳು. ಎಷ್ಟೋ ಸಾರಿ 'ಪರಾಕ್ರಮಶಾಲಿಗಳಾರು?' ಎಂದು ಕೇಳಲು, ನಾವು ಆಕಸ್ಮಿಕವಾಗಿ ಮೈಮರೆತು ಮೀಸೆಗೆ ಕೈಹಾಕುವಂತಾಯಿತು. ಅದು ಶಾರದೆಯ ಕಣ್ಣಿಗೂ ಬಿತ್ತು. ಗಂಗಕ್ಕನು ತುರುಬಿಗೆ ಒಂದು ಚಿನ್ನದ ಕೇದಗೆ ಹೂವನ್ನು ಸಿಕ್ಕಿಸಿಕೊಂಡಿದ್ದಳು. ಆದುದರಿಂದ ಚೂಡಾಮಣಿಯೆನ್ನುವಾಗ ಅವಳ ಕೈ ಅಲ್ಲಿಗೇ ಹೋಯಿತು. ಗಂಗಕ್ಕನ ತಲೆಯಲ್ಲಿ ಚಿನ್ನವನ್ನು ಕಾಣದ ಶಾರದೆಗೆ ಅದರ ಮೇಲೆ ಕಣ್ಣು

ಹರಿಯಿತು. ಇತ್ತ ಸೀತೆಯನ್ನು ಮರೆತು ಆ ಕೇದಗೆ ಹೂವನ್ನು ನೋಡತೊಡಗಿದಳು. ಅವಳ ಮನಸ್ಸಿಗೆ ಅದು ತನ್ನದೇ ಎಂದು ಖಚಿತವಾಯಿತು! ನೋಡಿದಷ್ಟು ಅವಳ ಸಂಶಯ ಬಲವಾಯಿತು. ಅಂದಿನ ತನಕ ಗಂಗಕ್ಕನ ಮೇಲೆ ಅವಳಿಗೆ ತುಂಬಾ ಆದರವಿತ್ತು. ಈಗ ಅದು ಮಾಯವಾಯಿತು.

ಅಂದಿನ ಪ್ರವಚನ ಮುಗಿಯಿತು. ಶಾರದೆಯು ಮೆಲ್ಲಗೆ ಗಂಗಕ್ಕನನ್ನು ಅಡುಗೆ ಮನೆಗೆ ಏನೋ ನೆಪ ಹೇಳಿ ಕರೆದಳು. "ಗಂಗಕ್ಕ, ಗಂಗಕ್ಕ, ನಿನ್ನ ಕೇದಗೆ ಹೂ ನೋಡುವಾ" ಎಂದಳು. ಗಂಗಕ್ಕನು ಅಷ್ಟರಲ್ಲಿ ಬೇರೆ ಮಾತನ್ನು ತೆಗೆದಳು. ಆದರೆ ಶಾರದೆಯು ತಿರುಗಿ ಅದನ್ನೇ ಕೇಳಿ, ಹೂವಿಗೆ ಕೈಯಿಕ್ಕಿ ತೆಗೆದಳು. ಅದು ತನ್ನದೆಂದು ಖಂಡಿತವಾಗಿ – "ಗಂಗಕ್ಕ, ಈ ಕೆಲಸವನ್ನು ತೊಡಗಿದೆಯಾ?" ಎಂದಳು. ಗಂಗಕ್ಕನು "ಏನು ಕೆಲಸ – ಏನು ಕೆಲಸ" ಎಂದಳು, "ನನ್ನ ಕೇದಗೆ ಹೂವನ್ನು ನಿನ್ನಂಥವಳು ಜಾರಿಸುವುದೇ?" ಎಂದಳು. ಗಂಗಕ್ಕನಿಗೆ ಸಿಟ್ಟು ಬಂತು. "ಏನು, ನನ್ನನ್ನು ಕಳ್ಳಿಯೆಂದು ಕರೆಯುವೆಯಾ?" ಎಂದು ಕಿಡಿಕಿಡಿಯಾದಳು. "ಹಾಗಾದರೆ ಇದೆಲ್ಲಿಂದ ಬಂತು?" ಎಂದು ಶಾರದೆಯು ಅಷ್ಟೇ ಬಿರುಸಿನ ಪ್ರಶ್ನೆ ಮಾಡಿದಳು. ಗಂಗಕ್ಕನು ತಡೆಯಲಾರದೆ "ನಿನ್ನ ಗಂಡನನ್ನು ಕೇಳು" ಎಂದು ಹೇಳಿ ಹೂವನ್ನು ಕಿತ್ತುಕೊಂಡು ಹೊರಟೇ ಹೋದಳು.

ಶಾರದೆಯ ಸಂಕಟವು ಬಲವಾಯತು. ಅವಳ ಮನಸ್ಸಿಗೆ ಏನು ತೋರಿತೋ ಏನೋ, ಒಂದೇ ಸಮನೆ ಅಳತೊಡಗಿದಳು. ಎರಡು ಮೂರು ತಾಸುಗಳಾದರೂ ಅವಳ ಕೋಪವು ನಿಲ್ಲಲಿಲ್ಲ. ಅಡುಗೆ ಮನೆಯಲ್ಲಿ ಒಂದು ಗೋಡೆಗೆ ಒರಗಿ ಕುಳಿತಿದ್ದಳು. ಕತ್ತಲಾಗಿ ಎರಡು ಗಳಿಗೆ ಸರಿಯಿತು. ಆಚಾರ್ಯರು ಹಸಿವಾಗಿ ಊಟಕ್ಕೆ ಬಂದರು. ಒಳಗೆ ಬಂದರೆ ಮೂಲೆ ಹಿಡಿದಿರುವ ಹೆಂಡತಿಯನ್ನು ನೋಡುತ್ತಾರೆ; ಒಲೆಯ ಕಡೆಗೆ ನೋಡಿದರೆ ಇದ್ದಲಿ ಸಹ ಇಲ್ಲ. . . . . "ಏನು! ಇವತ್ತು ಅಡುಗೆ ಮಾಡಿಲ್ಲವೇ?" ಎಂದು ಗದರಿಸಿದರು. ಶಾರದೆಯು ಛಟಕ್ಕನೆ ಎದ್ದು ನಿಂತು "ನನ್ನ ಕೇದಗೆ ಹೂ ಎಲ್ಲಿದೆ?" ಎಂದಳು. ಮೊದಲನೆಯ ಕ್ಷಣಕ್ಕೆ ಈ ಪ್ರಶ್ನೆಯ ಅರ್ಥ ಹೊಳೆಯಲಿಲ್ಲ. ಬಳಿಕ ಹೊಳೆದು "ಅದನ್ನು ಕಳೆದುಕೊಂಡವಳು ನೀನು–ನನ್ನನ್ನೇನು ಕೇಳುವೆ? ಸಾಕು ನಿನ್ನ ಹುಚ್ಚು, ಅನ್ನ ಬಡಿಸು" ಎಂದರು. ಶಾರದೆಯು ಅನ್ನ ಮಾಡಿದ್ದರಲ್ಲವೆ ಬಡಿಸುವುದು! "ಆ ಗಂಗಕ್ಕನಿಗೆ ಅದನ್ನು ಕೊಟ್ಟವರಾರು?" ಎಂದು ಕೇಳಿಯೇ ಬಿಟ್ಟಳು. ಆಚಾರ್ಯರಿಗೆ ಅತ್ಯುಗ್ರ ಕೋಪವು ಬಂದಿತು...... "ನೀನಾರು ನನ್ನನ್ನು ಕೇಳಲು?" ಎಂದು ಕೇಳಿಯೇ ಬಿಟ್ಟರು. ಶಾರದೆಯ ಕೆಂಪಡರಿದ ಮುಖ ಒಮ್ಮೆಗೇ ಕಪ್ಪಗಾಯಿತು; ಅತ್ತಿತ್ತ ನೋಡಿದಳು. ಏನು ತೋರಿತೋ ಏನೋ ಆವೇಶದಿಂದ ಅಡುಗೆ ಮನೆಯಿಂದ ಹೊರಟುಬಿಟ್ಟಳು. ಬಾಗಿಲ ಬಳಿ ಇದ್ದ ಗಂಡನನ್ನು ಹಾದೇ ಹೊರಗೆ ಬಂದಳು. "ಎಲ್ಲಿಗೆ? ಏನು?" ಎಂದು ಕೇಳಲು

ಆಚಾರ್ಯರಿಗೆ ಸೂಚಿಸದಾಯಿತು. ಆ ಕತ್ತಲಲ್ಲಿ ಶಾರದೆಯು ಹೊರಟೇ ಹೋದಳು. ಎಲ್ಲಿಗೆ ಹೋದಳು, ಏನಾಯಿತು ಎಂದು ಇದುವರೆಗೆ ಶಾರದೆಯ ಸುದ್ದಿ ಹೇಳಿದವರಿಲ್ಲ.... ಇತ್ತ ಆಚಾರ್ಯರಿಗೆ ಲಗ್ನವಾಯಿತೆನ್ನುವ. ಅವರಂಥವರಿಗೆ ಯಾರು ಹುಡುಗಿ ಕೊಡಲಿಕ್ಕಿಲ್ಲ. ಅಂತೂ ಊರವರಿಗೆಲ್ಲಾ ರಾಮಾಚಾರ್ಯರ ನೆನಪಾಯಿತೆಂದರೆ, "ಪಾಪ, ಅವರಂಥವರಿಗೆ ಶಾರದೆಯಂತಹ ದ್ರೋಹಿಯು ಪತ್ನಿಯಾಗಬಾರದಿತ್ತು!" ಎಂದು ತೋರುವುದು. ನಿಜಕ್ಕೂ ಶಾರದೆಯು ಎಂತಹ ದ್ರೋಹಿ!

■

ಜಗತ್ತು ಯಾರಿಗೆ?

ಅಮಲ್ದಾರರರ ಮಗಳು ನಮ್ಮ ಜಯಲಕ್ಷ್ಮಿ, ಇನ್ನು ಅವಳ ಪಾಲಿಗೇನು ಕಡಿಮೆ? ಮಗಳಿಲ್ಲ, ಮಗಳಿಲ್ಲವೆಂದು ನೊಂದು ನೊಂದು ಬಯಸಿದಾಗ ಭಾಗೀರಥಿಯಂತೆ ಬಂದವಳು ಅವಳು. ಅವಳನ್ನು ಪಡೆಯುವಾಗ ಅವಳ ತಾಯಿಗೆ ೩೨ನೇ ವಯಸ್ಸು ನಡೆಯುತ್ತಿತ್ತು. ಸಾಧಾರಣ ಐವತ್ತಕ್ಕೆ ಸಮೀಪವಾಗಿತ್ತು ಶ್ಯಾಮರಾಯರ ಪ್ರಾಯ, ಶ್ಯಾಮರಾಯರೆಂಬುದು ನಮ್ಮ ಅಮಲ್ದಾರರ ಹೆಸರು. ಅಲ್ಲಿಯ ತನಕ ಅವರ ಕುಟುಂಬದಲ್ಲಿ ಒಂದು ಕೂಸೂ ಹುಟ್ಟಿ ಬೆಳೆದಿರಲಿಲ್ಲ. ಇನ್ನಿನ್ನು ಅವರು ತಮ್ಮ ಸಂತತಿಯ ಯೋಚನೆಯನ್ನು ಬಿಟ್ಟು ಎಲ್ಲಿಂದಲಾದರೂ ದತ್ತು ತೆಗೆದುಕೊಳ್ಳಬೇಕೆಂದು ನಿಶ್ಚಯ ಮಾಡಿದ್ದರು. ಅವರ ಪತ್ನಿ ಚಿನ್ನದಂಥ ಹೆಂಗುಸು. ಕಾವೇರಮ್ಮನೂ ಅದಕ್ಕೆ ಒಡಂಬಟ್ಟಿದ್ದಳು. ಅದೇ ತಕ್ಕುದೆಂದು ನಿಶ್ಚಯವಾಯಿತು. ಹಾಗಾದರೆ ಇನ್ನು ಯೋಗ್ಯವಾದ ಹುಡುಗನನ್ನು ಆರಿಸುವಾ ಎಂದು ನಿಶ್ಚಯ ಮಾಡಿದರು. ಹುಡುಗನಾದರೂ ಹುಡುಗಿಯಾದರೂ ಒಂದೇ ಅವರ ಪಾಲಿಗೆ. ಅವರ ಆಸ್ತಿಪಾಸ್ತಿಗಳಿಗೆ ಬೇರೆ ಹಕ್ಕುದಾರರೇ ಇರಲಿಲ್ಲ. ಇವರು ಹೀಗೆಯೇ ಕಣ್ಮುಚ್ಚಿದರೆ ಅದು ನೇರವಾಗಿ ಸರಕಾರದವರ ಪಾಲಿಗೆ ಬೀಳುತ್ತಿತ್ತು. ಹೀಗಾಗಿ ಹಲವರು ರಾಯರ ಈ ಯೋಚನೆಯನ್ನು ಕಂಡು ತಮ್ಮ ಮಕ್ಕಳನ್ನು ದತ್ತು ಕೊಡುವೆವೆಂದು ಮುಂದೆ ಬಂದರು. ಆ ಮಕ್ಕಳಲ್ಲಿ ಯಾರಾದರೊಬ್ಬನನ್ನು ಆರಿಸಬೇಕೆಂದು ದಂಪತಿಗಳಿಬ್ಬರೂ ನಿಶ್ಚಯಿಸಿದರು. ಮನಸ್ಸಿನಲ್ಲಿ ಬಹಳವಾಗಿ ಚರ್ಚಿಸಿ ಇಂಥ ಒಬ್ಬ ಬಾಲಕನೇ ಆಗಬಹುದೆಂದು ನಿಶ್ಚಯಿಸಿದರು. ಆ ಹುಡುಗನು, ಅವರ ರೆವಿನ್ಯು ಇನ್ಸ್‌ಪೆಕ್ಟರರ ಹುಡುಗ ಭೋಜ. ಭೋಜನಿಗೀಗ ೧೦ ವರ್ಷ ಪ್ರಾಯ. ಉಪನಯನವಾಗಿದ್ದಿರಲಿಲ್ಲ. ಮನಸ್ಸಿನಲ್ಲಿ

ಅವನೇ ತಕ್ಕವನೆಂದು ಎಣಿಕೆ ಹಾಕಿದ್ದರು. ಅವರ ಮುಂದೆ ಮಾತ್ರ ಬಾಯಿ ಬಿಡಲಿಲ್ಲ. ಕಾವೇರಮ್ಮನೆನ್ನುತ್ತಿದ್ದಳು :- "ಈ ಹುಡುಗನಿಗಿಂತ ಚುರುಕು ಹುಡುಗನು ನಮಗೆ ಸಿಗಲಾರನು. ನಿಶ್ಚಯವಾದ ಬಳಿಕ ಮಾತ್ರ ಅವರಿಗೆ ತಿಳಿಸುವ. ಈಗ ಅವಸರವೇನು? ಇನ್ನು ಒಂದೆರಡು ತಿಂಗಳ ತನಕ ನಮ್ಮ ಶೋಧನೆಯ ಕೆಲಸ ನಡೆಯಲಿ" ಎಂದು.

ಒಂದು ದಿನ ಶ್ಯಾಮರಾಯರು, ತಮ್ಮ ಕ್ರಮದಂತೆ ಹಳ್ಳಿಗಳಿಗೆ ಸರ್ಕಿಟಿಗೆ ಹೋದರು. ಬರುವಾಗ ಬಹಳ ದಿನ ಕಳೆಯಬಹುದೆಂದಿತ್ತು. ಆದುದರಿಂದ ಹೋಗುವ ಗಳಿಗೆಯಲ್ಲಿ "ಏ, ಇವಳೇ... ನೀನು ನೋಡುತ್ತಿರು; ಬೇರೆ ಯೋಗ್ಯ ಹುಡುಗರು ಯಾರಾದರೂ ಇದ್ದಾರೆಯೇ" ಎಂದು ಹೇಳಿ ಹೋದರು. ಕಾವೇರಮ್ಮನಿಗೆ ಹೇಳುವುದೇ ಬೇಡವಿತ್ತು. ಅವಳಾಗಿ ಅದಕ್ಕೆ ಚಡಪಡಿಸುತ್ತಿದ್ದಳು. ತಿರುಗಿ ಶ್ಯಾಮರಾಯರು ಪ್ರವಾಸ ಮುಗಿಸಿಕೊಂಡು ಮನೆಗೆ ಬರುವಾಗ ಒಂದು ತಿಂಗಳ ಮೇಲೆ ಕಳೆಯಿತು. ನಾಳೆ ಮನೆಗೆ ಬರುವೆನೆಂದು ತಮ್ಮ ಕೊನೆಯ ಮೊಕ್ಕಾಮಿನಿಂದ ಜವಾನನನ್ನು ಕಳುಹಿಸಿದರು. ಕಾವೇರಮ್ಮನ ಹರುಷಕ್ಕೆ ಪಾರವಿಲ್ಲ. ಆ "ನಾಳೆ"ಯು ಬರಲು ಅವಳು ತೀರ ಉತ್ಸಾಹದಲ್ಲಿ ಕುಣಿಯುತ್ತಿದ್ದಳು. ಸರಿ; ಅಮಲ್ದಾರರು ಬರುವಾಗ ಕಾವೇರಮ್ಮನು ಬಾಗಿಲಲ್ಲೇ ಇದಿರುಗೊಳ್ಳಲು ಕಾದು ನಿಂತಿದ್ದಳು. ರಾಯರು ಬಂದವರೇ, "ಏನು? ಎಲ್ಲಾದರೂ ಕಂಡೆಯಾ?" ಎಂದು ಕೇಳಿದರು. ಕಾವೇರಮ್ಮನು ಅದರ ಹತ್ತು ಮಡಿ ಉತ್ಸಾಹದಿಂದ "ಅಹುದು ಹೇಳುತ್ತೇನೆ" ಎಂದು ಅವರನ್ನು ಒಳಕ್ಕೆ ಕರೆದುಕೊಂಡು ಹೋದಳು. ಅವಳಿಗೆ ವಿಷಯವನ್ನು ಹೇಳಲು ಅಷ್ಟಿಷ್ಟು ಉತ್ಸಾಹವಿದ್ದಿಲ್ಲ. ಆದರೆ ನಾಚಿಕೆಯಿಂದ ಬಾಯಿಯೇ ಬಾರದಿತ್ತು. ಕೊನೆಗೆ ಮಾತು ಮಾತಿನ ಮೇಲೆ ಅಮಲ್ದಾರರಿಗೆ ಊಹೆಯು ಮಾತ್ರ ಹೊಳೆಯಿತು – ದೇವರು ಅವಳ ಹೊಟ್ಟೆಯಲ್ಲಿಯೇ ಶಿಶುವನ್ನು ಕರುಣಿಸಲಿರುವನೆಂದು. ಆದರೆ ಈ ವಯಸ್ಸಿನಲ್ಲಿ ಅವಳು ಗರ್ಭಿಣಿಯಾಗುವುದುಂಟೇ ಎಂಬ ಸಂಶಯವೂ ಬಂದಿತ್ತು. ಒಂದೆರಡು ತಿಂಗಳುಗಳಲ್ಲಿ ಸಂಶಯವು ನಿವಾರಣೆಯಾಗಿ, ಕಾವೇರಮ್ಮನು ತಾಯಿಯಾಗುವುದು ಖಂಡಿತವೆಂದೇ ಆಯಿತು. ಅಮಲ್ದಾರರಿಗೆ ಯೋಚನೆ ಹೆಚ್ಚಿತು. ಒಬ್ಬರು ವೈದ್ಯರನ್ನು ಕರೆದು ಅಂತರಂಗದಲ್ಲಿ ವಿಚಾರಿಸತೊಡಗಿದರು – "ಹೇಗೆ, ನಮ್ಮ ಮಗು ನಮಗೆ ಸಿಕ್ಕೀತೇ?" ಎಂದು. ವೈದ್ಯರು ಧೈರ್ಯದಿಂದ "ಚೆನ್ನಾಗಿ ಲಾಲನೆ ಪಾಲನೆ ಮಾಡಿದರೆ ಸಿಕ್ಕದೆ ಏನು?" ಎಂದರು. "ಲಾಲನೆ ಪಾಲನೆ ಮಾಡಲು ಅವಳಿಲ್ಲವೇ?" ಎಂದರು. ವೈದ್ಯರು ಬೇಸರದಿಂದ "ನಿಜ; ಆದರೆ ಪ್ರಸವವು ಕಠಿಣವಾದೀತು, ತಾಯಿಯು ಬದುಕುವುದು ಕಷ್ಟ" – ಎಂದರು. ಅಮಲ್ದಾರರ ತಲೆಯ ಮೇಲೆ ಒಂದು ಚಿಂತೆಯ ಬದಲು ಇನ್ನೊಂದು ಬಂದು ಕುಳಿತಿತು. ಆದರೆ ಅವರು ಆ ವಿಷಯವಾಗಿ ಕಾವೇರಮ್ಮನೊಡನೆ ಬಾಯಿ ತೆರೆಯಲಿಲ್ಲ.

ಸರಿ, ನವಮಾಸ ತುಂಬಿ ಹಡೆಯುವ ದಿನವೇ ಬಂದಿತು. ಮೂರು ದಿವಸಗಳಿಂದ ತಾಯಿಯು ವೇದನೆಯನ್ನು ಅನುಭವಿಸತೊಡಗಿದ್ದಳು. ವೈದ್ಯರು ಬಂದರು, ಡಾಕ್ಟರು ಬಂದರು, ಸೂಲಗಿತ್ತಿಯು ಬಂದಳು. ಅವರ ಸಾಹಸದಿಂದ ಶಿಶುವು ಬೆಳಕನ್ನು ಕಂಡಿತು. ಪೂರ್ವಸೂಚನೆಯಂತೆ ತಾಯಿಯು ಜಗತ್ತಿನಿಂದ ಹೊರಟುಹೋದಳು. ಅಮಲ್ದಾರರು ಎದೆ ತಟ್ಟಿಕೊಂಡರು. ಅಂತು ಕೂಸನ್ನು ಕಂಡು ತುಸು ಶಾಂತಿಯಾಯಿತು. ಹುಟ್ಟಿದುದು ಹೆಣ್ಣು ಕೂಸು. ಪಾಪ, ಕಾವೇರಮ್ಮ ಕೂಸನ್ನು ಕಂಡಿದ್ದಳೋ ಇಲ್ಲವೋ! ಅಂತು ಪತಿ ಋಣವನ್ನು ಸಲ್ಲಿಸಿ ಹೋದಳವಳು. ಶ್ಯಾಮರಾಯರು ಕೊನೆಗೆ "ಜಯಲಕ್ಷ್ಮೀ" ಎಂದು ಹೆಸರಿರಿಸಿದರು. ಜಯಲಕ್ಷ್ಮಿಯನ್ನು ಸಾಕಿ ದೊಡ್ಡದು ಮಾಡುವುದಕ್ಕೆಂದೇ ಇನ್ನೊಂದು ಮದುವೆಯಾದರು. ಆದರೆ ಅದೊಂದು ಆಸೆ ಈ ಲಗ್ನದಿಂದ ಪೂರೈಸಿತೇ ವಿನಹ ಸಂತತಿಯ ಬಯಕೆಯು ಎರಡನೆಯ ವಿವಾಹದಿಂದಲೂ ಫಲಿಸಲಿಲ್ಲ. ಜಯಲಕ್ಷ್ಮಿಯೇ ಆ ಎರಡನೆಯ ಹೆಂಡತಿ ವಿಶಾಲಾಕ್ಷಿಗೂ ಮಗುವಾದಳು. ಹೀಗಾಗಿ ಅವಳು ಮಗುವನ್ನು ತೀರ ಮುದ್ದಿನಿಂದ ಸಾಕುತ್ತಿದ್ದಳು. ಜಯಮ್ಮಗೆ ತಾಯಿ ಇಲ್ಲವೆಂಬ ಯೋಚನೆಯು ಸಹ ಉಂಟಾಗಲಿಲ್ಲ. ಇತ್ತ ಬಾಲಕಿಯು ಸಾಲೆಗೆ ಹೋಗತೊಡಗಿದಳು. ಕಲಿಯುವುದರಲ್ಲಿಯೂ ತೀರ ಚುರುಕಿನ ಹುಡುಗಿಯೆಂದು ತಿಳಿಯಿತು. ಇದರ ಮೇಲಂತೂ ಶ್ಯಾಮರಾಯರಿಗೆ ಸ್ವರ್ಗವೇ ದೊರೆತಷ್ಟು ಆನಂದವಾಯಿತು. "ಇನ್ನು ಯೋಗ್ಯನಾದ ಮನೆ ಅಳಿಯನನ್ನು ತಂದರೆ?" ಎಂದು ಯೋಚನೆ ಮಾಡಿದರು. ಕಾಣಕಾಣುತ್ತ ಹದಿನೆರಡು ವರುಷಗಳು ಸಂದು ಜಯಮ್ಮನು ಪ್ರಾಯಭರಿತೆಯಾದಳು. ವರನನ್ನು ಹುಡುಕಲೆಂದು ನಿಶ್ಚಯಿಸಿದರು. ಅವರ ಮನೆಗೆ ಈಗ ರೆವಿನ್ಯೂ ಇನ್ಸ್‌ಪೆಕ್ಟರರ ಆ ಹುಡುಗ, ದತ್ತಕ್ಕೆ ತೆಗೆದುಕೊಳ್ಳಬೇಕೆಂದಿದ್ದರಲ್ಲ, ಅವನನ್ನೇ ತೆಗೆದುಕೊಳ್ಳುವ ಎಂದು ಮನವಾಯಿತು. ಈಗ ಅವನನ್ನು ಕೊಳ್ಳಲು ಮತ್ತೂ ಹೆಚ್ಚಿನ ಉತ್ಸಾಹವಿತ್ತು.

ಅದಕ್ಕಾಗಿಯೇ ಅವರು ಒಂದು ದಿನ ತಮ್ಮ ಕೆಳಗಿನ ನೌಕರರಾದರೂ ಮಣೆಗಾರರ ಮನೆಗೆ ಹೋದರು. ಗೌರವಾರ್ಥದ ಊಟ ಉಪಚಾರಗಳಾದ ಬಳಿಕ – "ಸ್ವಾಮಿ, ನಿಮ್ಮ ಹುಡುಗನನ್ನು ಕಾಣಲೇ ಇಲ್ಲವಲ್ಲ. ರಜೆಗೆ ಅವನು ಊರಿಗೆ ಬಂದಿಲ್ಲವೇ?" ಎಂದರು. ಮಣೆಗಾರರು "ಯಾರು ಸ್ವಾಮಿ? ರಜೆಗೆ ಮನೆಗೆ ಬಂದಿಲ್ಲವೆಂಬುದು?" – ಎಂದರು. "ಯಾಕೆ, ನಿಮ್ಮ ಭೋಜ" ಎಂದರು ಅಮಲ್ದಾರರು, ಮಣೆಗಾರರ ಮುಖ ಸಪ್ಪಗಾಯಿತು. ಅತೀವ ವ್ಯಸನದಿಂದವರು – "ಅದು ನನ್ನ ಹೊಟ್ಟೆಯಲ್ಲಿಯೇ ಜನಿಸಿಲ್ಲವೆಂದು ತಿಳಿಯುತ್ತೇನೆ. ಅವನೀಗ ಯಾವ್ಯಾವ ಪೋಲಿಗಳ ಸಂಗಡ ಸೇರಿ ಊರು ಬಿಟ್ಟು ಹೋದನು. ವಿದ್ಯೆಯು ಆಯಿತಲ್ಲಿಗೆ. ಈಗೆಲ್ಲಿಯೋ ನಾಟಕ ಕಂಪನಿಯಲ್ಲಿರುವನಂತೆ. ಹಾಳಾಗಲಿ ಅವನ ವಿಚಾರ." – ಎಂದರು. "ಇನ್ನು ನನ್ನ ಎರಡನೆ ಹುಡುಗ ರಾಮ ಏನಾದರೂ ಆದರೆ ಆಗಬೇಕು" ಎಂದರು. 'ರಾಮ' ಎನ್ನಲು, ಅಮಲ್ದಾರರು "ಎಷ್ಟು ವಯಸ್ಸಿನವನು?"

ಎಂದರು. "ಏನು ಸ್ವಾಮಿ, ಇನ್ನೂ ಹನ್ನೆರಡು ವಯಸ್ಸು" ಎಂದರು. ರಾಯರು ತಮ್ಮ ಮನೆಗೆ ಜಯಲಕ್ಷ್ಮಿಯ ಲಗ್ನದ ಯೋಚನೆಯಿಂದ ಬಂದಿದ್ದರೆಂದು ಅವರಿಗೆ ತಿಳಿದಿರಲಿಲ್ಲ ತಿಳಿದಿದ್ದರೆ ಅವರು ಈ ರೀತಿಯಾಗಿ ಮಗನ ನಿಂದೆ ಮಾಡುತ್ತಿರಲಿಲ್ಲ. ನಿಜಕ್ಕೂ ಜಯಮ್ಮ ಸಿಗುವುದಾದರೆ ಹುಡುಗನಿಗೆ ಸಲಾಮನ್ನಾದರೂ ಹೊಡೆದು ಮನೆಗೆ ಕರೆಯಿಸುತ್ತಿದ್ದೆ ಎಂದು ಆ ಬಳಿಕ ಅಂದುಕೊಂಡರವರು. ಅಂತು ರಾಯರು ಹತಾಶರಾಗಿ ಮರಳಿದರು.

ಊರಿನಲ್ಲಿ ಮಣೆಗಾರನೊಬ್ಬನ ಮಗನೇ ಇರುವನೇನು? ರಾಯರ ಅದೃಷ್ಟ, ಗೌರವ, ಅಂತಸ್ತುಗಳ ದೆಸೆಯಿಂದ ನೂರಾರು ಜಾತಕಗಳು ಅವರ ಕಾಲಬುಡಕ್ಕೆ ಬಂದು ಕುಳಿತವು. ಅವುಗಳಿಂದಲೇ ಒಬ್ಬನನ್ನು ಆರಿಸುವುದೆಂದು ನಿಶ್ಚಯಿಸಿದರು. ಹಾಗೆಯೇ ಆರಿಸಿದರು. ಆರಿಸಿದ ಬಾಲಕನು – ನೆರೆಯೂರಿನವನು. ಶ್ರೀಮಂತರ ಮಗನು. ಇತ್ತ ಬಿ.ಎ. ಕಲಿಯುತ್ತಿದ್ದನು. ಇದಕ್ಕೂ ಮೇಲಿನ ನೆಂಟಸ್ತಿಕೆ ಸಿಕ್ಕೀತೆಂದು ಅವರು ಬಯಸಿರಲಿಲ್ಲ. ಆದರೆ ಸ್ವಲ್ಪ ಕಾಯಿಲೆಯ ಪ್ರಕೃತಿಯೆಂದು ಕಂಡವರು ಅನ್ನುತ್ತಿದ್ದರು. ಆದರೆ ಯೋಗ್ಯ ಉಪಚಾರದಿಂದ ಅದನ್ನು ನಿವಾರಿಸುವುದು ಕ್ಷಣ ಮಾತ್ರದ ಕೆಲಸವೆಂದು ಅವರು ತಿಳಿದಿದ್ದರು. ಅವರೇ ಸ್ವತಃ ಜಾಮಾತನ ಪರೀಕ್ಷೆಗೆಂದು ಮದ್ರಾಸಿನ ತನಕ ಯಾತ್ರೆ ಬೆಳೆಯಿಸಿ ಬಂದರು. ಅದೇ ವರನೆಂದು ನಿಶ್ಚಯವಾಯಿತು. ಲಗ್ನದ ದಿನವೂ ನಿಶ್ಚಯವಾಯಿತು.

ಲಗ್ನದ ದಿನ ಧಾರಾಮಂಟಪದಲ್ಲಿ ಜಯಲಕ್ಷ್ಮಿಗೆ ತನ್ನ ಜೀವನನಾಯಕನ ದರುಶನವು ಪ್ರಥಮ ಬಾರಿಗೆ ಉಂಟಾಯಿತು. ನಡುವೆ ಮಧುಪರ್ಕವನ್ನು ಹಿಡಿದು ವಧೂವರರ ಕೈಯಲ್ಲಿ ಹೂಮಾಲೆ ಕೊಡಿಸಿದ್ದರು. ರಾಯರು ಮಗುವನ್ನು ಎತ್ತಿಹಿಡಿದರು. ಜಯಮ್ಮನು ಅ ಕ್ಷಣ ನಾಚುಗೆಯನ್ನು ಮರೆತು, ವರನ ಮುಖವನ್ನು ಕಂಡಳು. ವರನು ಮಾಲಿಕೆಯನ್ನು ಹಾಕಿದನು. ಜಯಮ್ಮನು ನಡುಗುತ್ತ ಹಾರವನ್ನು ಹಾಕಿದಳು. ಲಗ್ನದ ನಾಲ್ಕು ದಿನಗಳೂ ಕಳೆದವು. ಅದರ ಬಳಿಕವೂ ಅಳಿಯರಾಯನು ಒಂದೆರಡು ಬಾರಿ ಮಾವನ ಮನೆಗೆ ಬಂದಿದ್ದನು. ಆದರೆ ಅವನಿಗೂ ಅಳುಕು ಹೆಚ್ಚು. ಹೀಗಾಗಿ ದಂಪತಿಗಳಲ್ಲಿ ಆ ಸಾರಿ ಮಾತುಕತೆಗಳು ಸಹ ಆಗಿರಲಿಲ್ಲ. ಸರಿ; ರಜೆ ಮುಗಿಯಲು ಹುಡುಗನು ಬಿ.ಯಲ್. ಕಲಿಯಲು ಹೊರಟೇ ಹೋದನು.

ಜಯಮ್ಮನು ಯಾವ ಚಿಂತೆಯೂ ಇಲ್ಲದೆ ಸಾಲೆಗೆ ಹೋಗಿ ಬರುತ್ತಿದ್ದಳು. ಒಂದೆರಡು ಬಾರಿ ಅವಳಿಗೆ ಅವಳ ಪತಿಯಿಂದ ಕಾಗದ ಬಂದಿತ್ತು. ಅದನ್ನು ಓದಿ ಅವಳು ನಾಚಿಕೊಂಡಿದ್ದಳು. ಉತ್ತರವನ್ನು ಬರೆಯುವ ಸಾಹಸವೂ ಆಗಲಿಲ್ಲ. ಇದರಿಂದ ತನ್ನ ಪತಿರಾಯನು ಕುಪಿತನಾಗುವನೋ ಏನೋ ಎಂದು ಅಂಜಿದ್ದಳು.

ಈಗ ಜಯಮ್ಮಗೆ ೧೪ ವರುಷವಾಗಿ ಅವಳು ಋತುಮತಿಯಾದಳು. ಮನೆಯಲ್ಲಿ ಉತ್ಸವವೇ ಆಯಿತು. ಹೆಂಗಸರೆಲ್ಲರೂ ಬಂದು ಸುತ್ತಲೂ ಸೇರಿ ಹಾಡನ್ನು ಹೇಳಿ

ಹರಸಿದರು. ಪತ್ನಿಯ ಆಗ್ರಹದಂತೆ ರಾಯರು ಅಳಿಯನಿಗೆ "ಕೂಡಲೇ ಹೊರಟು ಬಾ" ಎಂದು ತಂತಿ ಕಳುಹಿಸಿದರು. ತಂತಿ ಕಳುಹಿಸಿದ ಎರಡು ತಾಸಿನಲ್ಲೇ ಮಣೆಗಾರರ ಕಿರಿಮಗನು ಅವರನ್ನು ಕಾಣಲು ಬಂದನು. ಅವನ ಕೈಯಲ್ಲಿ ಒಂದು ತಂತಿಯಿತ್ತು. ಅವನು ಅದನ್ನು ರಾಯರ ಕೈಮೇಲಿರಿಸಿ ಮಾತನಾಡದೆ ಹೊರಟು ಹೋದನು. ರಾಯರು ತೆರೆದು ನೋಡಿದರು; ಎದೆ ಒಡೆಯಿತು. ಅಳಿಯನು ಅದಕ್ಕೆ ಆರು ತಾಸುಗಳ ಮುಂಚೆ ಕ್ಷಯ ರೋಗದಿಂದ ಪರಂಧಾಮವನ್ನು ಹೊಂದಿದ್ದನು. ಸರಿ, ನಗಲು ಬಂದವರೆಲ್ಲ ಅಳತೊಡಗಿದರು. ರಾಯರು ನೇರವಾಗಿ ಜಯಮ್ಮನ ಬಳಿಗೆ ಹೋಗಿ ನಾನಾ ವಿಧದಿಂದ ಸಮಾಧಾನವನ್ನು ಹೇಳಿದರು. "ಪೂರ್ವಕರ್ಮದ ಫಲವನ್ನು ನಾವಲ್ಲದೆ ಇನ್ನಾರು ಅನುಭವಿಸುವರು?" – ಎಂದರು. ಜಯಲಕ್ಷ್ಮಿ ಅಳಲೂ ಇಲ್ಲ. ನಗಲೂ ಇಲ್ಲ.

ಜಯಲಕ್ಷ್ಮಿ ಬಾಲವಿಧವೆಯಾಗಿ ಎರಡು ವರ್ಷಗಳನ್ನು ಕಳೆದಳು. ಅವಳ ಮನಸ್ಸಿಗೆ ಯಾವ ರೀತಿಯಿಂದಲೂ ನೋವಾಗದಂತೆ ತಂದೆಯು ನೋಡುತ್ತಿದ್ದನು. ಉಂಡುಡುವುದರಲ್ಲಿ, ಆಟಪಾಠಗಳಲ್ಲಿ ಅವಳಿಗೆ ಯಾವ ತೊಂದರೆಯೂ ಆಗುತ್ತಿದ್ದಿಲ್ಲ. ಹೀಗಾಗಿ ಚಿಂತೆಯಿಲ್ಲದೆ ಅವಳ ಜೀವನವು ಕಳೆಯುತ್ತಿತ್ತೆನ್ನಬೇಕು. ಈಗ ಅವಳಿಗೆ ೧೮ ವರುಷ. ಒಂದು ದಿನ ಅವರು ಮಗಳನ್ನು ಕರೆದುಕೊಂಡು, ತಮ್ಮೂರಿಗೆ ಬಂದ ನಾಟಕವೊಂದನ್ನು ಕಾಣಲು ಹೋಗಿದ್ದರು. ಟಿಕೇಟಿಲ್ಲ... ಕಂಡಷ್ಟು ನಾಟಕಗಳನ್ನು ಕಾಣಬಹುದಾಗಿತ್ತು. ಜಯಲಕ್ಷ್ಮಿಗೆ ನಾಟಕಗಳ ಮೇಲಿನ ಮಮತೆ ಅಧಿಕ. ಹೀಗಾಗಿ ತಂದೆಯು ಇಲ್ಲದಿರುವಾಗಲೂ ಅವಳು ನಾಟಕವನ್ನು ಕಾಣಲು ಹೋಗುತ್ತಿದ್ದಳು. ಇದನ್ನು ಕಿರಿತಾಯಿಯು ಆಕ್ಷೇಪಿಸಲೂ ಇಲ್ಲ.

ನಾಟಕದವರು ಬಂದು ಒಂದು ತಿಂಗಳಾಯಿತು. ಈ ದಿನ ಅವರ ಕೊನೆಯ ನಾಟಕ. ಹಿಂದೆ ಆಡಿದ ನಾಟಕವೇ ಈ ದಿನವೂ ಆಡುವುದು. ಆದರೂ ಜಯಲಕ್ಷ್ಮಿಗೆ ಅದನ್ನು ನೋಡುವ ಆಸೆ. ತಾಯಿಯು "ಜಯ, ಏಕೆ ಹೀಗೆ ನಿದ್ದೆ ಹಾಳುಮಾಡುತ್ತಿ" –ಎಂದು ಎಷ್ಟೇ ಹೇಳಿದರೂ ಕೇಳಲಿಲ್ಲ. "ಎಷ್ಟೆಂದರೂ ಇದು ಕೊನೆಯ ನಾಟಕವಲ್ಲವೇ" ಎಂದು ರಾಯರ ಮುದಿ ಪೇದೆಯ ಸಂಗಡ ಒಂದು ದೀವಿಗೆಯನ್ನು ಕೊಟ್ಟು ನಾಟಕಕ್ಕೆ ಕಳುಹಿಸಿದಳು.

ರಾತ್ರಿ ಮೂರು ತಾಸಾಯಿತು. ಜಯಮ್ಮನು ಮರಳಲಿಲ್ಲ. ಆ ನಾಟಕವು ರಾತ್ರಿ ಒಂದು ಘಂಟೆಗೆ ಕಳೆಯುತ್ತಿತ್ತು. ಹೀಗಾಗಿ ಕಿರಿತಾಯಿಗೆ ಯೋಚನೆಯಾಯಿತು. ಏನು ಅಪಾಯವಾಯಿತೋ ಎಂದು ಅಂಜಿ – ಇನ್ನೊಬ್ಬ ಜವಾನನನ್ನು ನಾಟಕ ಶಾಲೆಗೆ ಕಳುಹಿಸಿದಳು. ಅವನೂ ಹೋದನು. ಅವನು ಹೋದ ಒಂದು ತಾಸಿನಲ್ಲಿ ಮೊದಲು ಅವಳನ್ನು ಕರೆದೊಯ್ದು ಪೇದೆಯು ಬಂದನು. ಅವನಾಗ ಅಳುತ್ತಿದ್ದನು. "ಅಮ್ಮಾ

ನಾನೇನು ಮಾಡಲಿ? ಅವರು ಹೋಗಿ ಹೆಂಗಸರಿಗೆ ಪ್ರತ್ಯೇಕಿಸಿಟ್ಟ ಸ್ಥಳದಲ್ಲಿ ಕುಳಿತುಕೊಂಡರು. ನಾಟಕ ಮುಗಿಯಲು ನಾನು ಹೊರಗೆ ಬಂದು ನಿಂತೆ. ಅವರಿಗಾಗಿ ಕಾದು ಕಾದು ಬೇಸತ್ತೆ. ಕೊನೆಗೆ ಗಾಬರಿಯಿಂದ ಅರಸತೊಡಗಿದೆನು. ಆದರೆ ಕಾಣಲಿಲ್ಲ. ತಾವಾಗಿ ಮನೆಗೆ ಹೋದರೋ ಎಂದು ಅಂಜಿ ಮನೆಯ ಕಡೆಗೆ ಬರುವೆನೆನ್ನುವಷ್ಟರಲ್ಲಿ ನೀವು ಕಳುಹಿಸಿದ "ಸ್ವಾಮಿ" ಸಿಕ್ಕಿದನು. ಇನ್ನೇನು ಗತಿ ತಾಯಿ" ಎಂದು ರೋದಿಸತೊಡಗಿದನು. ಮರುದಿನ ಬೆಳಗಾಯಿತು. ಜಯಲಕ್ಷ್ಮಿ ಕಾಣೆ. ರಾಯರಿಗೆ ಜನ ಹೋಯಿತು. ಅವರೂ ಧಾವಿಸಿ ಬಂದರು. ಎಲ್ಲಿ ಹುಡುಕಿದರೂ ಜಯಮ್ಮನಿಲ್ಲ! ನಿರಾಶರಾಗಿ ಪೋಲೀಸರಿಗೆ ತಿಳಿಸಿದರು.

ಎರಡು ತಿಂಗಳ ಮೇಲೆ ರಾಯರ ಸಂಬಂಧಿಯೊಬ್ಬರಿಂದ ಕಾರ್ಕಳದಿಂದೊಂದು ಪತ್ರ ಬಂದಿತು; ಅವರು "ನೀವೇ ಕೂಡಲೇ ಯಾರಿಗೂ ತಿಳಿಸದಂತೆ ಬನ್ನಿರಿ. ನಿಮ್ಮ ಹುಡುಗಿ ಇಲ್ಲಿಯ ನಾಟಕ ಕಂಪನಿಯ ಆಸಾಮಿಯೊಬ್ಬನೊಡನೆ ಬಂದಿರುವಳೆಂದು ಕೇಳುತ್ತೇವೆ" ಎಂದು ಬರೆದಿದ್ದರು. ರಾಯರು ಆ ರಾತ್ರಿಯೇ ಕಾರು ಮಾಡಿ ಧಾವಿಸಿ ಗೆಳೆಯರ ಮನೆಯನ್ನು ಸೇರಿದರು. ಅಂತು, ಗುಪ್ತವಾಗಿ ಅವಳ ನೆಲೆಯನ್ನು ಕಂಡು ಹಿಡಿಯುವುದು ಆ ಊರಿನಲ್ಲಿ ಒಂದು ದೊಡ್ಡ ಕೆಲಸವಾಗಲಿಲ್ಲ. ಅವಳು – ಮಣೆಗಾರನ ಮಗ ಭೋಜನೊಟ್ಟಿಗಿದ್ದಳೆಂದು ತಿಳಿದು ಬಂದಿತು. ಮರುದಿನ ರಾತ್ರಿ ನಾಟಕವಿದ್ದಿತು. ಅದಕ್ಕೆ ಭೋಜನು ಹೊರಟು ಹೋಗಿದ್ದನು. ಆ ಗಳಿಗೆಯಲ್ಲಿ ಶ್ಯಾಮರಾಯರೂ ಅವರ ಗೆಳೆಯರೂ ಸೇರಿ ಅವಳಿರುವ ಮನೆಗೆ ಹೋಗಿ ಕದವನ್ನು ತಟ್ಟಿದರು. ರಾತ್ರಿ ಒಂದು ನಿದ್ರೆಯಾದುದರಿಂದ ಕದ ತಟ್ಟಿದವನು ಭೋಜನೆಂದು ತಿಳಿದು – ಜಯಮ್ಮ ಬಾಗಿಲು ತೆರೆದಳು. ತಂದೆ ಮಕ್ಕಳ ಭೇಟಿಯಾಯಿತು. ಶ್ಯಾಮರಾಯರು ಬೆಂಕಿಯಾಗಿದ್ದರು. ಜಯಮ್ಮ ಹಿಂದೆ ಸರಿದಳು...... ಆದರೆ ಅವರು ಸುಮ್ಮನಾಗಲಿಲ್ಲ. ಅವಳನ್ನು ಎಳೆದು ತಂದು ಎದುರು ಕಾದಿರಿಸಿದ ಮೋಟಾರಿನಲ್ಲಿ ತಂದು ಕುಳ್ಳಿರಿಸಿ ನೇರವಾಗಿ ತಮ್ಮೂರಿಗೆ ಒಯ್ದರು.

ಅಂದಿನಿಂದ ಜಯಮ್ಮನಿಗೆ ತಂದೆಯ ಮನೆಯಲ್ಲಿ ಸೆರೆಮನೆಯು ಪ್ರಾಪ್ತಿಯಾಯಿತು. ಹೀಗೆಯೇ ಆರೆಂಟು ತಿಂಗಳುಗಳು ಸರಿದುವು. ಭೋಜನು ಅವಳಿಗೆ ಹತ್ತೆಂಟು ಕಾಗದಗಳನ್ನು ಬರೆದನಂತೆ. ಆದರೆ ಇದು ಒಂದೂ ಅವಳಿಗೆ ಮುಟ್ಟಲಿಲ್ಲ. ಅವಳೂ ಒಂದು ಕಾಗದದ ಚೂರನ್ನೂ ಬರೆಯದ ರೀತಿಯಲ್ಲಿ ನಿರ್ಬಂಧವಿತ್ತು. ಜಯಮ್ಮನಂಥ ಹುಡುಗಿ ಈ ರೀತಿ ಕುಲಕ್ಕೆ ಅವಮಾನ ತಂದ ಬಳಿಕ ಉಳಿದುದೇನು? ಆದರೆ ಒಂದು ದಿನ ಅವಳಿಗೆ ಒಂದು ಕಾಗದವು ಹೇಗೋ ಮುಟ್ಟಿತು. ಅದನ್ನು ಅವಳು ತೆರೆದು ನೋಡಿದಳು. ಬರೆದವನು ಭೋಜನೇ ಆಗಿದ್ದನು. "...ನನಗೆ ನಿನ್ನನ್ನು ಅ ರೀತಿ

ಒಯ್ದದ್ದಕ್ಕೆ ಈಗ ನಾಚುಗೆಯೂ ಪಶ್ಚಾತ್ತಾಪವೂ ಆಗುತ್ತದೆ. ಅದಕ್ಕೆ ನನ್ನನ್ನು ಕ್ಷಮಿಸು. ಆದರೆ, ನಿನಗಿಷ್ಟವಿದ್ದರೆ ನಾವಿಬ್ಬರೂ ಬಹಿರಂಗವಾಗಿಯೇ ಲಗ್ನವಾಗಬಾರದೇಕೆ ಎಂದು ನನಗನಿಸುವುದು" ಎಂದು ಬರೆದಿದ್ದನು.

ತಂದೆಯು ಆಗ ಸರ್ಕೀಟಿನಲ್ಲಿ ಇದ್ದುದರಿಂದ ಅವಳು ಅದೇ ಪತ್ರವನ್ನು ಅವರ ಬಳಿಗೆ ಕಳುಹಿಸಿದ್ದಳು. ನಿಜಕ್ಕೂ ಅವಳ ಅಂತರಂಗದಲ್ಲಿ ಭೋಜ ಎಂಥವನಾದರೂ ಅವನನ್ನು ಲಗ್ನವಾಗುವ ಮನಸ್ಸಿತ್ತು. ಆದರೆ ರಾಯರಿಗೆ ಈ ಪತ್ರವನ್ನು ಕಂಡು ಕಿಡಿ ಕಿಡಿ ಕೋಪ ಬಂದಿತು. "ನೀನು ಹಾಗೆಲ್ಲಾ ಮಾಡಿದರೆ ನನ್ನ ಮಗಳೇ ಅಲ್ಲ" ಎಂದು ಮರು ಉತ್ತರ ಬರೆದರು. ನಾಲ್ಕು ದಿನಗಳಲ್ಲಿ ಅವಳೂ ಬಂದಳು. ಜಯಮ್ಮ ಕಣ್ಣೀರಿನಿಂದ ಅವರ ಮುಂದೆ ನಿಂತಿದ್ದಳು. "ಹಾಗಾದರೆ ಈ ಜಗತ್ತು ಯಾರಿಗೆ? ನನ್ನಂಥವಳಿಗೆ ಅದರ ಸುಖವಿಲ್ಲವೇ?" ಎಂದು ಕೇಳಿದಳು. ಅದನ್ನು ಕೇಳಿ ರಾಯರಿಗೆ ಮತ್ತಷ್ಟು ಸಿಟ್ಟು ಬಂದಿತು. ಮಗುವಿನ ಕಣ್ಣೀರನ್ನು ಕಂಡು ಎದೆ ಕರಗಿತು. ವಿಚಾರ ಮಾಡಿದರು. ಆದರೆ ಏನು ಉತ್ತರ ಕೊಡಬಲ್ಲರು? ಕೊನೆಗೆ, ವಿಚಾರವಿದ್ದೊ ಇಲ್ಲದೆಯೋ ಹೀಗೆಂದರು. 'ಮಗು. ನಿನ್ನ ದುರ್ದೈವಕ್ಕೆ ಯಾರೇನು ಮಾಡಲಿ? ನೀನು ಬೇಕಾದುದನ್ನು ಮಾಡು. ಆದರೆ ನನ್ನ ಮನೆ ಬಿಟ್ಟು, ನನಗೆ ಊರಲ್ಲಿ ಅಪಕೀರ್ತಿಯನ್ನು ತರಿಸಬೇಡ" ಎಂದರು. "ನಾನು ತಿರುಗಿ ಲಗ್ನವಾದರಾಗದೇ...?" ಎಂದು ಕೇಳಿದಳು. "ಇನ್ನೊಂದು ಜನ್ಮದಲ್ಲಿ" ಎಂದು ಉತ್ತರ ಬಂದಿತು. ರಾಯರು ತಿರುಗಿ ಮಾತನ್ನು ಉದ್ದ ಬೆಳೆಯಿಸಲಾರದೆ ಹೊರಟು ಹೋದರು. ಜಯಮ್ಮಗೆ ತಂದೆಗೆ ಎದುರಾಡುವುದು ವ್ಯರ್ಥವೆಂದು ತೋರಿತು. ತಾನಿರುವ ಸಮಾಜವು ತನ್ನ ಮೇಲೆ ಕನಿಕರಪಡದೆಂದು ತೋರಿತು. ಇತ್ತ ತಂದೆಯು ಮನನೊಂದು "ನೀನು ಬೇಕಾದಂತಿರು" ಎಂದ ಮಾತಿನ ಅರ್ಥವು ಹೊಳೆಯಿತು. ಅವಳು ಯೋಚಿಸಿದಷ್ಟಕ್ಕೆ ಅವಳ ದುಃಖವೂ ಅಧಿಕವಾಯಿತು.

ಒಂದು ದಿನ ರಾತ್ರಿ ಅವಳು ಮಲಗಿಕೊಂಡಾಗ ಹೊರಗಿನಿಂದ ಕದ ತಟ್ಟಿದ ಸದ್ದಾಯಿತು. ಎದ್ದು ಕಿಟಕಿಯ ಬಳಿ ನಿಂತಳು. ಇನ್ನೊಮ್ಮೆ ಸದ್ದಾಯಿತು. ಕದ ತರೆದಳು. ಚಂದ್ರನು ಮುಣುಗುವುದರಲ್ಲಿದ್ದನು. ಆ ನಸು ಬೆಳಕಿನಲ್ಲಿ ಅವಳೊಡನೆ ಮಾತನಾಡುವ ಕಾತರದಿಂದ ಭೋಜನು ಬಂದು ನಿಂತಿದ್ದನು. ಜಯಮ್ಮನ ಎದೆ ಜುಮ್ಮೆಂದಿತು... ಭೋಜನು 'ಏನು ಎಂದು ಕೇಳಿದನು. ಆ "ಏನು" ಮಾತಿನ ಅರ್ಥವು ಅವಳಿಗೆ ತಿಳಿಯದಿರಲಿಲ್ಲ. ಆಗ ಹುಡುಗಿಯು ಕದವನ್ನು ಮುಚ್ಚಿಬಿಟ್ಟಳು. ಅವನು ಹತಾಶನಾಗಿ ಹೋದನು.

ಹಾಸುಗೆಯ ಬಳಿ ಬಂದು ತಿರುಗಿ ಜಯಮ್ಮನು ರೋದಿಸತೊಡಗಿದಳು. ಅತ್ತು, ಅತ್ತು ಬೇಸರವಾಯಿತು. ಕೊನೆಗೆ ಅಲ್ಲೇ ಕಂಭದಂತೆ ಕುಳಿತಿದ್ದಳು. ಏನು ಮಾಡಿದಳೋ ತಿಳಿಯದು. ಮರುದಿನ ಬೆಳಗಾದರೂ ಅವಳ ಕೊಠಡಿಯ ಕದ ತೆರೆದಿರಲಿಲ್ಲ. ಎಂಟು

ತಾಸಾಯಿತು. ಅವಳ ಕಿರಿತಾಯಿಗೆ ಆತುರವಾಗಿ "ಜಯಾ, ಜಯಾ" ಎಂದು ಕರೆದಳು. ಮಾತಿಲ್ಲ. ಪತಿಗೆ ತಿಳಿಸಿದಳು. ಅವರು ಗಾಬರಿಗೊಂಡು ಬಾಗಿಲನ್ನೊಡೆಯಿಸಿ ಒಳಕ್ಕೆ ಬಂದರು. ಹಾಸುಗೆಯಲ್ಲಿ ಜಯಮ್ಮ ಸುಖವಾಗಿ ನಿದ್ರಿಸಿದ್ದಳು. ಅವಳ ಬಳಿ ಚಿಕ್ಕೊಂದು ಕಾಗದವಿತ್ತು. ರಾಯರ ದೃಷ್ಟಿ ಅದರ ಕಡೆಗೆ ಹೋಯಿತು. ಅದರಲ್ಲಿ ಒಕ್ಕಣೆಯೇ ಇದು... 'ಈ ಜಗತ್ತು ಯಾರಿಗೆ?' ಎಂದು. ರಾಯರು ಗಾಬರಿಯಾಗಿ ಜಯಮ್ಮನನ್ನು ಅಲುಗಾಡಿಸಿದರು. ಅವಳು ಆ ಪ್ರಶ್ನೆಗೆ ಉತ್ತರವನ್ನು ತರಲು ಹೋಗಿದ್ದಳು.

■

"ಅಮ್ಮಾ, ಏಳು"

ವಿಮಲೆಯು ಹುಟ್ಟಿದ ಊರು ಉಡುಪಿಯ ಹತ್ತಿರದ ಒಂದು ಹಳ್ಳಿ. ಹುಟ್ಟಿದ ಕುಟುಂಬವು ಬಡ ಕುಟುಂಬ, ಹೀಗಾಗಿ ಅವಳಿಗೆ ಓದು ಬರಹವು ದೊರೆಯಲಿಲ್ಲ. ಈಗಾದರೆ, ಅಲ್ಲಿ ಇಲ್ಲಿ ಒಂದೊಂದು ಶಾಲೆಯಿರುವುದು. ದೊಡ್ಡವರ ಮಕ್ಕಳು ಬಡವರ ಮಕ್ಕಳು, ಗಂಡಸರು ಹೆಂಗಸರು ಎಂದು ಶಾಲೆಗೆ ಹೋಗುತ್ತಿರುವರು. ಈಗ ವಿಮಲೆಯ ಜಾತಿಯಲ್ಲಿ ಓದು ಬರಹವಿಲ್ಲದ ಹುಡುಗಿಯರೇ ಕಡಿಮೆ. ಇಲ್ಲವೆಂದರೂ ಅನ್ನಬಹುದು. ವಿಮಲೆಯು ಆಗ ಹುಟ್ಟುವ ಬದಲು ಈಗ ಹುಟ್ಟಿದ್ದರೆ ಎಷ್ಟೋ ಮೇಲಿತ್ತು ಅದರಿಂದ ಅವಳು ಮುನಸಿಫಿ ಮಾಡುತ್ತಿದ್ದಳು ಎಂದಲ್ಲ, ಜಗತ್ತಿನ ಸಂಗತಿಗಳನ್ನು ತಿಳಿದುಕೊಳ್ಳಬಹುದು ಎಂದು. ಅವಳ ತಂದೆಗೆ ಹೊಟ್ಟೆಯ ಹುಡುಗಿಯನ್ನು ಹೇಗಾದರೂ ಮದುವೆ ಮಾಡಬೇಕೆಂಬುದೊಂದು ಚಿಂತೆ. ಈಗಿನಂತೆ ಆಗ ವರದಕ್ಷಿಣೆಯ ರೋಗ ಹಬ್ಬಿರಲಿಲ್ಲ.

ಅವಳ ಜಾತಿಯವರು ಸಾರಸ್ವತ ಬ್ರಾಹ್ಮಣರು. ಹಳ್ಳಿಯ ಹವೆ ಅವರಿಗೆ ಸರಿ ಬೀಳುವುದಿಲ್ಲವೆಂದು ಸಾಮಾನ್ಯವಾಗಿ ಅಲ್ಲಿ ಇಲ್ಲಿ ಪಟ್ಟಣಗಳನ್ನು ಸೇರಿಕೊಂಡಿದ್ದರು. ಈಗ ಪಟ್ಟಣಗಳನ್ನು ಬಿಟ್ಟು ದೊಡ್ಡ ನಗರಗಳನ್ನು ಸೇರುತ್ತಿರುವರಾದರೂ ಆಗ ಪಟ್ಟಣಗಳಲ್ಲಿ ಅವರಿಗೆ ತೃಪ್ತಿಯಿತ್ತು. ವಿಮಲೆಯ ತಂದೆ ಶಂಕರರಾಯರು ತೋನಸೆಯಲ್ಲಿ ಶ್ಯಾನುಭಾಗರಾಗಿದ್ದರು. ಈಗ ಅವರ ಮನೆತನದವರಿಗೆ ಆ ಕೆಲಸವಿಲ್ಲ. ಹೀಗಾಗಿ ವಿಮಲೆಯು ಇದ್ದುದು ಹಳ್ಳಿಯಲ್ಲೇ, ಹುಟ್ಟಿ ಬೆಳೆದುದೂ ಅಲ್ಲೇ. ಆದುದರಿಂದ ಅವಳಂಥ ಹಳ್ಳಿಯ ಹುಡುಗಿಯನ್ನು ಸಮಾಜದ ತರುಣರು ಮದುವೆಯಾಗುತ್ತಿರಲಿಲ್ಲ.

ಅದರೆ ಅವಳ ಅದೃಷ್ಟ ಒಳ್ಳೇದಿತ್ತೆಂದು ಊಹೆ. ಕಾರಣ, ಮುಂದಿನ ಚರಿತ್ರೆಯಿಂದ ಹಾಗೇನೂ ತಿಳಿಯುವುದಿಲ್ಲವಾದರೂ, ಅವಳ ವಿವಾಹದ ವಿಚಾರ ಹಾಗೆಯೇ ಹೇಳಬೇಕು. ಶಂಕರರಾಯರ ಭಾವನೊಬ್ಬನು ಮುಂಬಯಿಯಲ್ಲಿ ಏನೋ ನೌಕರಿಯಲ್ಲಿದ್ದನು. ಅವನಿಗೊಂದು ಹವ್ಯಾಸ. ಅನಾವಶ್ಯಕವಾಗಿ ಒಂದೆರಡು ರೂಪಾಯಿಗಳು ತನ್ನ ಕಿಸೆಯಲ್ಲಿ ಉಳಿದಿದೆಯೆಂದು ತಿಳಿದರೆ ಸಾಕು. ಅದರ ಮೋಕ್ಷವನ್ನು ಹೇಗೆ ಕಾಣಿಸಲಿ ಎಂದು ಅವನ ಚಿಂತೆ. ಅದಕ್ಕೆಂದು ಈ ಬಾರಿ ಮುಂಬಯಿಯಿಂದ ಬರುವವನು, ಒಂದು ಪ್ರಭಾಲೇಖಕ (Camera) ವನ್ನು ಕೊಂಡು ಬಂದನು. ಅವನಿಗೆ ಪ್ರಭಾಲೇಖನ ವಿದ್ಯೆಯ ಪೀಠಿಕೆ ಸಹ ಗೊತ್ತಿಲ್ಲ. ಆದುದರಿಂದ ಅದನ್ನು ಕುರಿತಾದ ಒಂದು ಗ್ರಂಥವನ್ನೂ ಇನ್ನಿತರ ಸಾಮಗ್ರಿಗಳನ್ನೂ ಜತೆಯಲ್ಲಿಯೇ ಹಿಡಿದುಕೊಂಡು ಬಂದನು. ಅವನ ಊರು ಉಡುಪಿ. ಬಂದ ಎಂಟು ದಿನಗಳಲ್ಲಿ ಒಂದು ನೂರು ಚಿತ್ರಗಳನ್ನು ತೆಗೆದನು. ಅವನ ಮನೆಯಲ್ಲಿ ಅವನ ದೃಷ್ಟಿಗೆ ಬೀಳದ ಎರಡು ವಸ್ತುಗಳೆಂದರೆ ಬಚ್ಚಲು ಮನೆಯ ಹಂಡೆ, ಕಸ ಗುಡಿಸುವ ಕಸಬರಿಕೆ, ಉಳಿದೆಲ್ಲವುಗಳ ಚಿತ್ರವೂ ಬಂತು. ತೆಗೆದ ಚಿತ್ರಗಳಲ್ಲಿ ಕೆಲವು ಮನುಷ್ಯರವು, ಕೆಲವು ಸ್ಥಿರವಸ್ತುಗಳವು ಚಿತ್ರ ಚೆನ್ನಾಗಿ ಬರಲಿಲ್ಲವಂತೆ. ಮನುಷ್ಯರಂತಹ ಚರವಸ್ತುಗಳಿಗೆ ರೂಢಿಯಾಗಿ ನಾಲ್ಕು ಕಣ್ಣುಗಳು ನಾಲ್ಕು ಕೈಗಳು ಇರುತ್ತಿದ್ದವು.

ಒಂದು ದಿನ ಭಾವನ ಕರೆ ಬಂದಿತೆಂದು, ಕೆಮರಾ ಹಿಡಿದುಕೊಂಡು ತೋನಸೆಗೆ ಹೋದನು. ಹೋದ ಬಳಿಕ ಅಲ್ಲಿ ಮೂರು ದಿನವಾದರೂ ಇರಬೇಕೆಂದು ನಿಶ್ಚಯಿಸಿದನು. ಆ ದೀರ್ಘ ಸಮಯವನ್ನು ಕಳೆಯಲು ತನ್ನ ಪ್ರಭಾಲೇಖನವನ್ನು ಒಯ್ದನು. ಅಲ್ಲಿಯೂ ಅದೇ ಪ್ರಸಂಗ. ದನ, ನಾಯಿ, ಮರ, ಮಸಣ ಎಲ್ಲವುಗಳ ಚಿತ್ರವನ್ನು ತೆಗೆದದ್ದಾಯಿತು. ಶಂಕರರಾಯರ ತಾಯಿ ಮುದುಕಿಯೊಬ್ಬಳಿದ್ದಳು. ಅವಳ ಚಿತ್ರವನ್ನು ತೆಗೆದನು. ಅವರ ಮಗಳು ವಿಮಲೆಗೆ ೧೨ ವಯಸ್ಸು. ಅವಳ ಚಿತ್ರವನ್ನೂ ತೆಗೆದನು. ವಿಮಲೆಯಾಗ "ಮಾವಾ, ನನ್ನ ಚಿತ್ರದ ಪ್ರತಿ ನನಗೊಂದು ಕೊಡಬೇಕು" – ಎಂದಳು. "ಸರಿ ಬಂದರೆ" ಎಂದವನ ಉತ್ತರ. ಮೂರು ದಿನ ಕಳೆಯಲು ಉಡುಪಿಗೆ ಬಂದು ಅವುಗಳ ಸಂಸ್ಕಾರ ಮಾಡಿದನು. ಆದರೆ ಒಂದು ಫಲಕವನ್ನು ತೊಳೆಯಲು ಸ್ಥಿರಗೊಳಿಸಿ ಬೆಳಕಿಗೆ ತರಲು ಅವನಿಗೆ ನಗು ಬಂದಿತು. ಒಂದೇ ಫಲಕದಲ್ಲಿ ಶಂಕರರಾಯರ ತಾಯಿ ಮತ್ತು ಮಗಳು ಇವರ ಚಿತ್ರಗಳು ಇದ್ದುವು. ಪುಣ್ಯಕ್ಕೆ ವಿಮಲೆಯು ನಿಂತುದರಿಂದ, ಅವಳ ಮುಖವು ಚೆನ್ನಾಗಿತ್ತು. ಶರೀರವನ್ನು ಮಾತ್ರ ಅಜ್ಜಿಯ ಶರೀರವು ಕವಿದುಕೊಂಡಿದ್ದಿತು. ಚೇಷ್ಟೆಗೆಂದು ಅದರ ಪ್ರತಿ ತೆಗೆದನು. ಅದನ್ನು ಇತರರಿಗೆ ತೋರಿಸುವುದಕ್ಕೆ ನಾಚುಗೆಯಾಯಿತು.

ಒಂದು ದಿನ ಅವನ ಮನೆಗೆ ವಕೀಲ ಶಿವಶಂಕರರಾಯರ ಮಗನು ಬಂದಿದ್ದನು. ಅವನೆದುರಿಗೆ ಆ ಚಿತ್ರ ಮಾಲಿಕೆಯನ್ನಿರಿಸಿದನು. ಶಿವಶಂಕರರಾಯರ ಮಗನ ಹೆಸರು ವೇಣುಗೋಪಾಲನೆಂದು. ವೇಣುವು ಅವೆಲ್ಲವನ್ನೂ ಬಿಡಿಸಿ ನೋಡಿದನು. ಹಾಗೆಯೇ

ಮರಳಿ ಕೊಟ್ಟನು. ಅದರಲ್ಲಿನ ಒಂದು ಚಿತ್ರವು ಅವನನ್ನಾಕರ್ಷಿಸಿತು. "ಇದನ್ನು ಇರಿಸಿಕೊಳ್ಳಲೇ" ಎಂದನು. ಅದೇ ಮುದಿ ಶರೀರಕ್ಕೆ ಬಾಲಶಿರವನ್ನಿರಿಸಿದಂತಿದ್ದ ವಿಮಲೆಯ ಚಿತ್ರ. ಅವನು ಆಯಿತೆಂದನು. ಚಿತ್ರವನ್ನು ಕೊಡುವಾಗ ಅದರ ಚರಿತ್ರೆಯನ್ನು ಹೇಳಿದನು. ಇತ್ತ ಭಾವಜೀಯ ರಜೆ ಮುಗಿಯಲು ಮುಂಬಯಿಗೆ ಹೊರಟು ಹೋದನು. ಇದಾದ ಕೆಲವು ದಿನಗಳಲ್ಲಿ ವೇಣುವು ತಿರುಗಾಟದ ನೆಪದಿಂದ ತೋನಸೆಯ ಹಾದಿಯಾಗಿ ಹೋದನು. ಬಾಯಾರಿಕೆಯ ನೆಪ ಹೇಳಿ ಶಂಕರರಾಯರ ಮನೆಗೆ ಹೋದನು. ತಾನಾರೆಂದು ಹೇಳಲಿಲ್ಲ. ಮನೆಯಲ್ಲಿ ಶ್ಯಾನುಭಾಗರಿಲ್ಲದುದರಿಂದ ಮನೆಯವರು ವಿಚಾರಿಸಲೂ ಇಲ್ಲ. ವಿಮಲೆಯು ನೀರು ಬೆಲ್ಲಗಳನ್ನು ತಂದುಕೊಟ್ಟಳು. ಅವನು ಕುಡಿದನೋ ಇಲ್ಲವೋ ಅಂತು ತೃಪ್ತಿಪಡೆದು ವೇಣು ಹೊರಟುಹೋದನು.

ಕೆಲವು ದಿನಗಳಲ್ಲಿ ಶಿವಶಂಕರ ರಾಯರು ಮಗನ ಲಗ್ನದ ಯೋಚನೆ ಮಾಡತೊಡಗಿದರು. ಶಿವಶಂಕರ ರಾಯರ ಮಗನಿಗೆಂದರೆ ಹುಡುಗಿ ಕೊಡುವವರು ಕಡಿಮೆಯೇ? ಆದರೆ ವೇಣುವು ಮದುವೆಯನ್ನೇ ಒಲ್ಲೆನೆಂದನು. "ಕೊನೆಗೆ ನೀನೇ ಹೇಳು ಯಾರಾಗಬಹುದೆಂದು" ಎಂದು ಹಾರವನ್ನು ಅವರ ಕೈಯಲ್ಲೇ ಇರಿಸಿದರು. ವಿಮಲೆಯ ಹೆಸರನ್ನು ಹೇಳಿದನು. ಇದ್ದೊಬ್ಬ ಮಗನ ಸುಖ ಹಾಳು ಮಾಡಬಾರದೆಂದು ಅವರು ಮದುವೆಗೆ ಒಡಂಬಟ್ಟರು. ರಾಯರು ಶಂಕರರಾಯರನ್ನು ಕರೆಯಿಸಿ ಪ್ರಸ್ತಾಪ ತೆಗೆದರು. ಅಂಥ ನೆಂಟಸ್ತಿಕೆ ಸಿಗುವಾಗ ಅಲ್ಲವೆನ್ನುವುದುಂಟೇ? ಲಗ್ನಕ್ಕೆ ಒಪ್ಪಿದರು. ಮದುವೆಯ ಆಮಂತ್ರಣ ಮುಂಬಯಿಗೆ ಹೋಯಿತು. ಭಾವನಾಗ ಮರುಪತ್ರ ಬರೆದನು. "ನನಗೆ ಬರುವುದು ಸಾಧ್ಯವಿಲ್ಲ. ಆದರೆ ವಿಮಲೆಯನ್ನು ವೇಣುವಿಗೆ ಕೊಡುವುದರಲ್ಲಿ ನನ್ನಿಷ್ಟವಿಲ್ಲ"ವೆಂದು ಬರೆದು ಬಿಟ್ಟನು. ಮುಖ್ಯ ತನ್ನಿಂದಲೇ ಪ್ರಮಾದ ನಡೆಯಿತೆಂದು ದುಃಖಿಸಿದನು. ಆದರೆ ಅವನ ಪತ್ರ ಉಪಯೋಗಕ್ಕೆ ಬೀಳಲಿಲ್ಲ. ಅದು ಬಂದ ನಾಲ್ಕು ದಿನಗಳಲ್ಲಿ ಲಗ್ನವಾಯಿತು. ವಿಮಲೆಯು ದೊಡ್ಡವರ ಮನೆಯನ್ನು ಸೇರಿಕೊಂಡಳು.

ವೇಣುವು ಮದ್ರಾಸಿನಲ್ಲಿ ಬಿ.ಎ. ಮುಗಿಸಿ ಬಿ.ಯಲ್. ಮಾಡಿ ಮನೆಗೆ ಬಂದನು. ಮನೆಗೆ ಬಂದವನಿಗೇ ಭಯಂಕರ ಕಾಯಿಲೆಯು ತೊಡಗಿತು. ವಿಮಲೆಯು ಶೋಕಭಾರದಿಂದ ಪರಿತಪಿಸತೊಡಗಿದಳು. ಅದರಲ್ಲೂ ಕಾಯಿಲೆಯೆಂಥದೆಂದು ತಿಳಿದು ತನ್ನ ಅದೃಷ್ಟವನ್ನು ಹಳಿದುಕೊಂಡಳು. ಅಂತು ಸುದೈವದಿಂದ ವೇಣುವು ಚೇತನಗೊಂಡು ಕೆಲವು ದಿನಗಳಲ್ಲಿ ಆರೋಗ್ಯವನ್ನು ಹೊಂದಿದನಂತೆ. ಅವನಿಗೆ ಆರೋಗ್ಯವಾದ ಮೂರು ತಿಂಗಳಲ್ಲಿ ವೃದ್ಧ ಶಿವಶಂಕರರಾಯರು ತೀರಿಕೊಂಡರು. ಈಗ ಮನೆ, ವಕಾಲತುಗಳ ಭಾರ ವೇಣುವಿಗೆ ಬಂತು. ವೇಣುವು ಅದಕ್ಕೆ ತಕ್ಕವನೆನಿಸಿ ಮುಂದುವರಿಸಿದನು. ವೇಣುಗೋಪಾಲನು ಈಗ ವೇಣುಗೋಪಾಲರಾಯನೆನಿಸಿದನು. ವಿದ್ಯೆಯಿತ್ತು, ಸಂಪತ್ತಿತ್ತು, ಸಮಾಜದಲ್ಲಿ ಗೌರವವಿತ್ತು. ಅವನ ಮಾವ ಶಂಕರರಾಯರು ತಮ್ಮ ಭಾಗ್ಯವನ್ನು

ಹೊಗಳಿಕೊಂಡರು. ಸುಮ್ಮನೆ ಭಾವನ ಮಾತು ಕೇಳಿ ನೆಂಟಸ್ತಿಕೆ ಮುರಿದಿದ್ದರೆ – ಚಿನ್ನದಂಥ ಅಳಿಯ ತಪ್ಪುತ್ತಿದ್ದನಲ್ಲಾ ಎಂದು ಹೇಳುತ್ತಿದ್ದರು. ಇತ್ತ ಭಾವನು ಕೂಡ ತನ್ನ ವಿಮನಸ್ಸಿಗೆ ಕಾರಣವನ್ನು ಕೊಡಲಿಲ್ಲ. ವಿವಾಹ ನಿಶ್ಚಯವಾದ ಬಳಿಕ ಅದೇನೆಂದು ತಿಳಿಯಲು ಅವರು ಯತ್ನಪಡಲೂ ಇಲ್ಲ.

ಈಗ ವಿಮಲೆಯು ಪತಿಯ ಅಡಿದಾವರೆಗಳಲ್ಲಿ ಚಲಿಸತೊಡಗಿದಳು. ವಿದ್ಯೆಯಿಲ್ಲದಿದ್ದರೂ ಗರತಿಗೊಪ್ಪುವ ರೀತಿಯಲ್ಲಿ ಪತಿಗೆ ಅನುಕೂಲವಾಗಿ ಬದುಕಿದಳು. ಮೆಲ್ಲಗೆ ಸಂತತಿಯಾಯಿತು. ಅಂದಿನಿಂದ ಅವಳ ಅದೃಷ್ಟ ತಿರುಗಿತೆನ್ನಬೇಕು. ಮೊದಲನೆಯ ಕೂಸು ಗಂಡು ಕೂಸು. ಆದರೆ ಹುಟ್ಟುವಾಗ ಧೃತರಾಷ್ಟ್ರನಂತೆ ಜನಿಸಿತು. ವಿಮಲೆಯ ಶೋಕ ಅಷ್ಟಿಷ್ಟಲ್ಲ. ವೇಣುಗೋಪಾಲರಾಯರೂ ಪರಿತಪಿಸಿದರು. ಇನ್ನೆರಡು ವರ್ಷಗಳಲ್ಲಿ ಇನ್ನೊಂದು ಕೂಸು ಹುಟ್ಟಿತು. ಅದಕ್ಕೆ ಅಂಗಾಂಗಗಳ ಊನವಿದ್ದಿರಲಿಲ್ಲ. ಸುದೈವವೆಂದು ತಿಳಿದರು – ಆದರೆ ಐದಾರು ವರುಷಗಳಾಗಲು ಆ ಬಾಲಕನಿಗೆ ಬುದ್ಧಿಯೊಂದಲ್ಲದೆ ಇನ್ನೆಲ್ಲಾ ಇತ್ತೆಂದು ಸ್ಥಿರವಾಯಿತು. ಅವನಿಗೆ ಹತ್ತು ವಯಸ್ಸು ತುಂಬುವಾಗ ಅವನು ಬರೇ ಮೂಢನಲ್ಲ – ಮರುಳನೆಂಬುದು ನಿಶ್ಚಯವಾಯಿತು. ಇಷ್ಟರಲ್ಲಿ ಇವಳ ಪಾಲಿಗೆ ಮೂರನೆಯ ಗಂಡು ಮಗುವು ಹುಟ್ಟಿತು. ಆ ಮಗುವು ತೀರ ದುರ್ಬಲ ಶರೀರಿಯಾಗಿತ್ತು. ವೇಣುಗೋಪಾಲರಾಯರಿಗೆ ಇದೂ ಎರಡನೆಯದರ ಸಾಲಿಗೇ ಎಂದು ಅಂಜಿಕೆಯಾಯಿತು. ಇದರಿಂದ ಅವರು ಎರಡನೆಯ ಲಗ್ನದ ವಿಷಯ ಯೋಚಿಸಿದರು. ವಿಮಲೆಗೆ ದುಃಖ ಬಂದಿತು. ತನ್ನ ಅದೃಷ್ಟವೆಂದು ಹಳಿದುಕೊಂಡಳು. ಅವರು ವಿವಾಹವಾಗುವುದು ನಿಜವೆಂದು ಒಂದು ದಿನ ತಿಳಿದು ಬರಲು ಅತ್ತು ಪತಿಯೊಡನೆ ಹೇಳಿದಳು. "ನಮ್ಮೀ ಮಗುವೂ ಸಹ ದುರ್ದೈವಿಯಾದರೆ ಹಾಗೆಯೇ ಮಾಡಿರಿ. ಆದರೆ ಅವನಿಗೆ ಹತ್ತು ವರುಷ ತುಂಬುವ ತನಕವೂ ಬೇಡ"...... ಎಂದಳು. ವೇಣುಗೋಪಾಲರಾಯರಿಗೆ ವಿಮಲೆಯ ಮಾತನ್ನು ತಿರಸ್ಕರಿಸಲು ಆಗಲಿಲ್ಲ.

ಈಗ ಅವರ ಶಿವು, ರಾಜ, ಗೋಪಾಲರಿಗೆ ಕ್ರಮವಾಗಿ ೧೬, ೧೪, ೧೧ ವಯಸ್ಸು, ಹಿರಿಯರಿಬ್ಬರ ಸ್ಥಿತಿ ಬದಲಿಸಲಿಲ್ಲ. ಅದರೆ ಕಿರಿಯ ಗೋಪಾಲನು ಸ್ವಲ್ಪ ಚುರುಕಾದನು. ಅವನ ಶರೀರವು ದುರ್ಬಲವಾದರೂ ಅವನು ಮರುಳನಾಗುವುದಿಲ್ಲವೆಂದು ಧೈರ್ಯ ತೋರಿತು. ಅವನ ಬಳಿಕ ವಿಮಲೆಯು ಎರಡು ಮೂರು ಬಾರಿ ಗರ್ಭವತಿಯಾದಳು. ಆದರೆ ಮಕ್ಕಳು ಅಲ್ಪಾಯುಗಳಾದರು. ಎಲ್ಲರೂ ವೇಣುಗೋಪಾಲರಾಯರ ದುರ್ದೈವವನ್ನು ನಿಂದಿಸಿದರು. ವಿಮಲೆಯು ಸದಾ ತನ್ನ ಅದೃಷ್ಟವನ್ನು ನಿಂದಿಸತೊಡಗಿದಳು.

ಗೋಪಾಲನೀಗ ೧೬ ವಯಸ್ಸಿನ ಹುಡುಗನು. ಈ ವರುಷ ಅವನು ಮೆಟ್ರಿಕ್ಕು ಪರೀಕ್ಷೆಗೆ ನಿಂತಿದ್ದನು. ತೇರ್ಗಡೆಯಾಗುವುದರಲ್ಲಿ ಸಂಶಯವಿಲ್ಲ. ಮುಂದೆ ಅವನನ್ನು

ಮದ್ರಾಸಿಗೇನೆ ವಿದ್ಯೆ ಮುಂದುವರಿಸಲು ಕಳುಹಿಸಬೇಕೆಂದು ವೇಣುಗೋಪಾಲರಾಯರ ಮನಸ್ಸು.

ಮೂರು ತಿಂಗಳ ದೀರ್ಘ ರಜೆಯ ಕಾಲವನ್ನು ಗೋಪಾಲನಿಗೆ ಹೇಗೆ ಕಳೆಯುವುದೆಂಬುದೇ ತಿಳಿಯಲಿಲ್ಲ. ಅದಕ್ಕಾಗಿ ಏನೇನು ಪುಸ್ತಕವು ಕೈಗೆ ಬಂದಿತೋ ಅದನ್ನೆಲ್ಲ ಓದತೊಡಗಿದನು. ಅವನ ವಿಚಾರವು ಕಾದಂಬರಿಗಳಿಗಿಂತ ಮಾನವ ಶರೀರ ಶಾಸ್ತ್ರದ ಮೇಲೆ ಅಧಿಕವಾಯಿತು. ಅಂತಹ ಹತ್ತೆಂಟು ಗ್ರಂಥಗಳನ್ನು ತಿರುವಿದನು. ಅದನ್ನು ಓದತೊಡಗಿದಂತೆ ಅವನ ವಯಸ್ಸು ವಿಚಾರಕ್ಕೀಡಾಯಿತು. ಓದಿ ಓದಿದಂತೆ ಅವನಿಗೆ ತಂದೆಯ ಮೇಲೆ ಬೇಸರವುಂಟಾಯಿತು. ಇತ್ತ, ಅಣ್ಣಂದಿರ ದುರ್ಭಾಗ್ಯವನ್ನು ಕಂಡು ಕಣ್ಣೀರಿಡತೊಡಗಿದನು.

ಒಂದು ದಿನ ಶಿವು (ಕುರುಡನು) ಮನೆಯ ಒಂದು ಮೂಲೆಯಲ್ಲಿ ಹಾಡುತ್ತ ಕುಳಿತಿದ್ದನು. ಅವನಿರುವಲ್ಲಿಗೆ ಎರಡನೆಯ ರಾಜನು ಬಂದನು. ರಾಜನು ಮರುಳ ರಾಜನು. ಅಣ್ಣನ ಸಂಗೀತ ಕೇಳಿ ಏನಾಯಿತೋ ಏನೋ, ಅವನಿಗೆ ಸಿಟ್ಟು ಬಂದಿತು. ಅವನನ್ನು ಚೆನ್ನಾಗಿ ಹೊಡೆದು ಬಿಟ್ಟನು. ಬಳಿಯಲ್ಲಿ ಒಂದು ದೊಣ್ಣೆಯಿತ್ತು ಅದರಿಂದಲೂ ಏಟು ಹೊಡೆದನು. ಅದರಿಂದ ಶಿವುವಿನ ತಲೆಯೊಡೆದು ರಕ್ತ ಸುರಿಯಿತು. ಅವನಾಗ ಮಾಡಿದ ಬೊಬ್ಬೆ ಕೇಳಿ, ತಾಯಿಯು ಓಡಿ ಬಂದಳು. ಗೋಪಾಲನೂ ಬಂದನು. ವಿಮಲೆಯು ರಾಜನನ್ನು ಗದರಿಸಿ ಕಟ್ಟಿ ಹಾಕಿದಳು. ಗೋಪಾಲನು ಅಣ್ಣನ ವಿಚಾರವನ್ನು ಮಾಡಿದನು. ಗೋಪುವಿಗೆ ಆ ದಿನ ಬಂದಷ್ಟು ದುಃಖ ಮುಂದೆಂದೂ ಬಂದಿರಲಿಲ್ಲ. ಅವನು ಅತ್ತುಬಿಟ್ಟನು. ವಿಮಲೆಯು ಅಳುತ್ತ "ಗೋಪು, ನೀನು ಅಳುವುದೇಕೆ? ಇದೆಲ್ಲ ನನ್ನ ಅದೃಷ್ಟ"ವೆಂದಳು. ಗೋಪುವಿಗೆ ಸಿಟ್ಟು ಬಂದಿತು. ರೌದ್ರಾವತಾರ ತಾಳಿ "ಅಮ್ಮಾ ಮುಚ್ಚುಬಾಯಿ" ಎಂದು ಗದರಿಸಿ ಬಿಟ್ಟನು. ಏಕೋ ಅವನ ಮಾತು ಆ ದಿನ ಮುಂದುವರಿಯಲಿಲ್ಲ. ವಿಮಲೆಗೆ ಮಗನ ಸಿಟ್ಟು ಕಂಡು ಎದೆ ಬಿರಿಯಿತು. ಅಳುತ್ತ ಅಡುಗೆ ಮನೆಗೆ ಹೋಗಿ ಕುಳಿತಳು. ಗೋಪಾಲಗೆ ಮೆಲ್ಲಗೆ ತಿಳಿಯಿತು. ತನ್ನಿಂದ ತಾಯಿಯ ವ್ಯಥೆ ಹೆಚ್ಚಿತೆಂದು. ಅದಕ್ಕಾಗಿ ಕ್ಷಮೆ ಕೇಳುವೆನೆಂದು ಅವಳ ಬಳಿಗೆ ಹೋಗಿ "ಅಮ್ಮಾ ನೊಂದುಕೊಂಡೆಯಾ?" ಎಂದನು. "ನನ್ನ ಅದೃಷ್ಟ. ಯಾರು ಮಾಡುವುದೇನು?" – ಎಂದಳು ಅವಳು. ಗೋಪುವಿಗೂ ಅಳು ಬಂತು. ತಾನು ಸಿಟ್ಟಾಗಲು ಕಾರಣವೇನೆಂದು ಹೇಳಿದನು. ಗೋಪುವಿಗೆ ಧೈರ್ಯ ಹೆಚ್ಚು. ಮನಸ್ಸಿಗೆ ಕಂಡುದೆಲ್ಲವನ್ನೂ ನುಡಿದು ಬಿಟ್ಟನು. "ಅಮ್ಮ, ಇದು ಅದೃಷ್ಟವಲ್ಲ. ತಿಳಿದು ಮಾಡುವುದಕ್ಕೆ ಅದೃಷ್ಟವೆನ್ನುವವರಾರು?" ಅಣ್ಣನು ಕುರುಡನಾದದ್ದಾಗಲೀ, ರಾಜನು ಮರುಳನಾದದ್ದಾಗಲೀ, ನಾನು ದುರ್ಬಲ ಜೀವಿಯಾದದ್ದಾಗಲೀ ಅದೃಷ್ಟದಿಂದಲ್ಲ – ನೀವು ಮೈಮರೆತುದರಿಂದಲ್ಲ" – ಎಂದನು. ಇದರ ಅರ್ಥ ಅವಳಿಗೆ ತಿಳಿಯದಾಯಿತು – ಗೋಪು ಅತ್ತನು. "ಅಮ್ಮ ನನಗೀಗ

ತಿಳಿದಿದೆ, ಇದೆಲ್ಲಾ ಹೇಗಾಗುವುದೆಂದು. ತಂದೆಯು ಆರೋಗ್ಯವಂತನಾಗಿದ್ದರೆ ಹೀಗಾಗುತ್ತಿರಲಿಲ್ಲ. ಅವನಿಗೆ ವ್ಯಭಿಚಾರದಿಂದ ಅಂಟಿದ ಬೇನೆಯೇ ಈ ಅಪರಾಧಕ್ಕೆ ಕಾರಣವು" ಎಂದುಬಿಟ್ಟನು. ವಿಮಲೆಗೆ ಅದು ತಿಳಿದಿಲ್ಲವೇ? ಹಾಗಾದರೆ ಅವಳು ಪತಿಗೃಹಕ್ಕೆ ಬಂದ ಆರಂಭದಲ್ಲಿ ಪತಿಗೆ ಪ್ರಾಪ್ತಿಸಿದ ಬೇನೆಯನ್ನು ಕಂಡು ಕೊರಗಿದಳೇಕೆ?

ಎಷ್ಟೋ ಹೊತ್ತು ಕಳೆಯಿತು. ಗೋಪುವು ಇನ್ನೂ ಧೈರ್ಯದಿಂದ, "ಅಮ್ಮಾ ನಮ್ಮಂಥ ಪಾಪಿಗಳನ್ನು ಹೆತ್ತುದಾಯಿತು. ಇನ್ನೂ ಇಂಥ ನಿರ್ಭಾಗ್ಯರಿಂದ ಮನೆಯನ್ನು ತುಂಬಬೇಕೆ?" ಎಂದು ಅತ್ತನು. ಅವನು ಒಡಲಿಗೆ ತೋರಿದುದನ್ನು ಹೇಳಿಬಿಟ್ಟನು. ಅದರ ಪರಿಣಾಮವನ್ನು ಎಣಿಸಲಿಲ್ಲ. ವಿಮಲೆಯೂ ಅತ್ತಳು. ಆ ರಾತ್ರಿ ತಾಯಿ ಮಕ್ಕಳಿಬ್ಬರೂ ಕಣ್ಣಿನ ಮೇಲೆ ಕಣ್ಣಿರಿಸಿದವರಲ್ಲ.

ರಾತ್ರಿ ಇನ್ನೊಂದು ವಿಪರೀತ ಘಟನೆಯು ನಡೆಯಿತು. ಗೋಪಾಲನು ತನ್ನ ತಂದೆತಾಯಿಗಳ ಶಯ್ಯಾಗೃಹದ ಮಗ್ಗುಲು ಕೋಣೆಯಲ್ಲಿ ಮಲಗುವುದು ರೂಢಿ. ಆ ದಿನ ನಿದ್ರೆಬಾರದೆ ಚಿಂತೆಯಿಂದಿರುವಾಗ, ಅವನ ಕಿವಿಗೆ ತಂದೆಯ ಘರ್ಜನೆಯು ಕೇಳಿಸಿತು. "ಹಾಗಾದರೆ ನನ್ನ ಮನೆಯಲ್ಲಿ ನಿನಗೆ ಕೆಲಸವಿಲ್ಲ" – ಎಂದು ಗದರಿಸಿದ ಮಾತು ಕೇಳಿಸಿತು. ವಿಮಲೆಯಾಗ ಅಳುತ್ತಿದ್ದಳು. ಗೋಪಾಲನಿಗೆ ಈ ಪ್ರಸಂಗದ ಅರ್ಥ ಹೊಳೆಯಿತು. ತನ್ನಿಂದಲೇ ಬಂದ ಪ್ರಸಂಗವಂದು ತಿಳಿದು ಧಾವಿಸಿ ಬಂದನು. ಕತ್ತಲು ಮನೆಯಲ್ಲಿ "ಏನದು" ಎಂದು ಕೂಗಿದೆನು. ಅನರ್ಥವಾಯಿತೆಂದು ದಂಪತಿಗಳು ತಿಳಿದರು. ಎಲ್ಲವನ್ನೂ ಅಡಗಿಸಲು "ಏನು ಮಗು" ಎಂದು ವಿಮಲೆಯು ಕೇಳಿದಳು. ಆದರೆ ಹೇಳಿದ ಮಾತುಗಳು ಅಳುವಿನಿಂದ ತುಂಬಿದುವು. ವೇಣುಗೋಪಲರಾಯರು 'ನಿನ್ನನ್ನಿಲ್ಲಿಗೆ ಕರೆಯಿಸಿದವರಾರೆ'ಂದು ಸಿಟ್ಟಿನಿಂದಾಡಿದರು. ಗೋಪಾಲನಿಗೂ ಸಿಟ್ಟು ಬಂದಿತು. ಇದುವರೆಗೆ ತಂದೆಯ ಮುಂದೆ ಆ ತೆರದಲ್ಲಿ ಅವನು ಸಿಟ್ಟಾದವನಲ್ಲ. ಈಗ ತಡೆಯಲಾಗದೆ "ಅಪ್ಪಾ ಇನ್ನೂ ನಿನಗೆ ಬುದ್ಧಿಯಿಲ್ಲವೇ?" ಎಂದುಬಿಟ್ಟನು. ಅವನಿಗೂ ಸರಿಯಾದ ಅರ್ಥವು ತಿಳಿಯಿತೋ ಇಲ್ಲವೋ "ಮಗು ನೀನು ಹೋಗು; ನನ್ನ ಅದೃಷ್ಟಕ್ಕೆ ಯಾರೇನು ಮಾಡುವರು?" ಎಂದು ಅತ್ತಳು ವಿಮಲೆ. ಗೋಪುವಿನ ಸಿಟ್ಟು ಉಕ್ಕಿತು. "ಅಪ್ಪಾ ಅಮ್ಮನು ನಿನ್ನ ಪತ್ನಿಯಿರಬಹುದು. ಆದರೆ ನಾವು ಮಕ್ಕಳು. ನಮಗೂ ಅವಳು ಋಣಿಯು. ನನ್ನಂಥ ದುರ್ಬಲರನ್ನೂ ಅಣ್ಣಂದಿರಂಥ ಹುಚ್ಚರನ್ನೂ ಕುರುಡರನ್ನೂ ಹೆತ್ತು ಅಳುವುದಕ್ಕೆ ಅವಳು ಹೆಣ್ಣಾಗಿ ಹುಟ್ಟಿದುದಲ್ಲ." ಎಂದನು. ಇನ್ನು ಮಾತನಾಡುವುದು ಅವನಿಂದಾಗಲಿಲ್ಲ. ಆಡುವ ಅವಶ್ಯವೂ ಅವನಿಗಿರಲಿಲ್ಲ. ವೇಣುಗೋಪಾಲರಾಯರ ತಲೆಯೊಳಗೆ ಎಲ್ಲಾ ವಿದ್ಯಮಾನಗಳೂ ಹೊಳೆದವು. ಆದರೇನು? ಪತಿಯೆಂಬ ಅಹಂಕಾರವು ಅವರನ್ನು ಬಿಡಲಿಲ್ಲ ಅಲ್ಲದೆ ಹೆಂಗುಸು ತನ್ನ ಗಂಡನ ಭೋಗಾಧಿಕಾರವನ್ನು ಪ್ರತಿಭಟಿಸುವುದೆಂದರೆ ಅಸಹನೀಯವೆನಿಸಿತು. ಕಾರಣ ಅವರಿದುವರೆಗೆ ಗಂಡಸಿನ

ಆಜನ್ಮ ಸಿದ್ಧ ಹಕ್ಕನ್ನು ಸಾಧಿಸುವವರಲ್ಲಿ ಒಬ್ಬರು. ಈಗ ಅವರನ್ನು ನಿರಾಕರಿಸುವ ಹೆಂಡತಿಯು ಸಿಕ್ಕಿದಳು. ಹೆಚ್ಚೇನು? ತಾಯಿಯಿಂದ ತನ್ನ ಋಣವೇ ಅಧಿಕವೆಂದು ಸಾರುವ ಮಗನು ದೊರೆತನು! ಏನು ಮಾಡುವುದೆಂದೂ ತೋರಲಿಲ್ಲ. –"ನೀವಿಬ್ಬರೂ ಈ ಮನೆಯಿಂದ ಹೊರಡಿರಿ" ಎಂದು ಹೇಳಿಬಿಟ್ಟರು.

ವಿಮಲೆಯ ಕಾಲು ನಡುಗಿತ್ತು. ಕಣ್ಣೀರು ಉಕ್ಕಿತು. ಅವಳಷ್ಟಕ್ಕೆ ಬಿಟ್ಟಿದ್ದರೆ ಏನು ಮಾಡುತ್ತಿದ್ದಳೋ ಏನೋ? ಆದರೆ ಆ ಸೊಕ್ಕಿನ ಮಗನು "ಅಮ್ಮಾ ಬಾ" ಎಂದು ಅವಳ ಕೈಗೆ ಕೈಕೊಟ್ಟನು. ಆ ಕಾಳರಾತ್ರಿಯಲ್ಲಿ ಅವರಿಬ್ಬರೂ ಆ ಮನೆಯಿಂದ ಹೊರಟರು. ತಿರುಗಿ ಅಲ್ಲಿ ಕಾಲಿಡಲಿಲ್ಲ. ಎಷ್ಟೋ ವರುಷಗಳಾದುವು–ಈಗ ಗೋಪಾಲನು ಮುಂಬಯಿಯಲ್ಲಿರುವನಂತೆ! ವೇಣುಗೋಪಾಲರಾಯರು ಎರಡನೆಯ ಮದುವೆಯಾದರು. ಇನ್ನೂ ಹುಡುಗಿಯು ಗಂಡನ ಮನೆಗೆ ಬಂದಿರಲಿಲ್ಲ. ರಾಯರಿಗೆ ಸಾಯುವ ತನಕ ಹಿರಿಮಕ್ಕಳ ಸೇವೆಯ ಭಾಗ್ಯ ತಪ್ಪಲಿಲ್ಲ! ಪಾಪ, ಅವು ತಾಯಿಯೊಂದಿಗೆ ಹೊರಡಲೂ ಇಲ್ಲ. "ಅಮ್ಮಾ ಬಾ" –ಎನ್ನಲೂ ಇಲ್ಲ. ಗೋಪಾಲನಿಗೆ ಸಾಧ್ಯವಾದರೆ ಅಣ್ಣಂದಿರನ್ನು ತನ್ನ ಬಳಿಗೆ ಕರೆಯಿಸಿಕೊಳ್ಳಬೇಕೆಂದಿದೆಯಂತೆ!

■

ಪತ್ನಿ ಪ್ರೇಮ

ರಾಮಾಯಣವನ್ನೋದದವರು, ಇಲ್ಲವೇ ಕೇಳದವರು ನಮ್ಮ ದೇಶದಲ್ಲಿ ತೀರ ವಿರಳ. ಅದರಲ್ಲಿಯೂ ನವನಾಗರಿಕತೆ ತೀರ ಹೆಚ್ಚಾಗಿ ಬೀಸದಿದ್ದ ಪುತ್ತೂರಿನಲ್ಲಿ ಅದೆಂಥ ಕೊರತೆಯಿದ್ದರೂ, ಸೀತಾರಾಮರ ಆದರ್ಶ ದಾಂಪತ್ಯದ ವಿಚಾರ ತಿಳಿಯದ ಸಂಸಾರಗಳೇ ಇಲ್ಲವೆನ್ನಬಹುದು. ಆದರ್ಶ ಪತಿಯು ಶ್ರೀರಾಮಚಂದ್ರನು, ಆದರ್ಶ ಪತ್ನಿಯು ಸೀತಾದೇವಿಯು– ಎಂಬ ಮಾತಿಗೆ ಯಾರೂ ಎರಡಾಡರೆಂಬುದು ನಮ್ಮ ಮತ. ಅಂತೆಯೇ ಇರುವ ಸಂಸಾರಗಳು ನಮ್ಮ ಊರಿನಲ್ಲಿ ಇಲ್ಲವೆಂದಲ್ಲ. ಇರುವುದು ಅಪೂರ್ವವೆಂಬುದು ನಿಜ. ಅಪೂರ್ವವಾದರೂ ಉಂಟು. ಅಂಥ ಒಂದು ಕುಟುಂಬವು ನಮ್ಮ ಊರಿನ ವಕೀಲ ಶ್ರೀನಿವಾಸರಾಯರದ್ದೆಂದು ಊರವರ ಮತ. ಅವರ ಕುಟುಂಬ ಪೂರ್ಣವಾಗಿರುವಾಗ ಅವರ ದಾಂಪತ್ಯವನ್ನು ಸೀತಾರಾಮರಿಗೆ ಹೋಲಿಸದೆ ಹೋದರೂ, ಅವರ ಪತ್ನಿ ಜಾನಕಿ ದೇವಿಯು ತೀರಿಕೊಂಡಂದಿನಿಂದ, ಅವರಿಗಾಗಿ ಮರುಗದವರಿಲ್ಲ. ಇದುವರೆಗೆ, ಶ್ರೀನಿವಾಸರಾಯರ ದಾಂಪತ್ಯ ಜೀವನವು ಅಖಂಡವಾಗಿದ್ದಾಗ, ಅವರಲ್ಲಿನ ಒಡಕಿನ ಗಾಳಿ ಸಹ ಬೇರೆಯವರಿಗೆ ತಿಳಿದಿರಲಿಲ್ಲ. ಅಂಥದು ಇಲ್ಲವೇ ಇಲ್ಲವೆಂದು ಊರವರ ತಿಳುವಳಿಕೆ.

ಶ್ರೀನಿವಾಸರಾಯರಾದರೂ, ತಮ್ಮ ಗೆಳೆಯರೊಡನೆ ಆ ಕಾಲದಲ್ಲಿ ಮಾಡನಾಡುತ್ತಿದ್ದಾಗ, ಅಂದರೆ ಅವರು ತಾರುಣ್ಯದಿಂದ ತುಂಬಿದ್ದಾಗ ತಮ್ಮ ಪತ್ನಿಯ ಗುಣಾತಿಶಯಗಳನ್ನು ಅಖಂಡವಾಗಿ ಶ್ಲಾಘಿಸುತ್ತಿದ್ದರು. ಜಾನಕಿ ಸಹ ತನ್ನ ಗೆಳತಿಯರೊಂದಿಗೆ ಮಾತನಾಡುವಾಗ, ತನ್ನ ಪತಿ ದೇವನ ಗುಣಾತಿಶಯಗಳನ್ನು ಕೊಂಡಾಡುತ್ತಿದ್ದಳು. ಇಂಥ ದಂಪತಿಗಳ ಜೀವನವು ನಮ್ಮ

ಸಮಾಜಕ್ಕೆ ಆದರ್ಶವಾಗಿ ಕಂಡುದರಲ್ಲಾಗಲಿ, ಜಾನಕಿ ದೇವಿಯವರ ಮರಣದ ನಂತರ ಶ್ರೀನಿವಾಸರಾಯರ ಕುಟುಂಬ ಒಡೆದುದಕ್ಕಾಗಲಿ ಪರಿತಾಪವನ್ನು ಸೂಚಿಸುತ್ತಿದ್ದುದರಲ್ಲಿ ತಪ್ಪೇನು? ಅವರ ಎಷ್ಟೋ ಗೆಳೆಯರು ಸೂತಕದ ದಿವಸಗಳಲ್ಲಿ ಅವರ ಮನೆಯ ತನಕ ಬಂದು ಕಣ್ಣೀರು ಕರೆದು ಹೋದರು. ಇತ್ತ, ರಾಯರು ಊರಿನ ಮುಖಂಡರಲ್ಲಿ ಒಬ್ಬರಾಗಿದ್ದುದರಿಂದಲೂ, ಸ್ತ್ರೀಯರ ಉನ್ನತಿಗಾಗಿ ಬಾಲಿಕಾ ಪಾಠಶಾಲೆ ಮೊದಲಾದ ಸಾರ್ವಜನಿಕ ಸಂಸ್ಥೆಗಳ ವಿಚಾರಗಳಲ್ಲಿ ತುಂಬಾ ಆದರ ತೋರುತ್ತಿದ್ದುದರಿಂದಲೂ – ಆ ಶಾಲೆ, ಸಭೆಗಳೂ ಇವರ ಪತ್ನಿಯ ಮರಣಕ್ಕಾಗಿ ದುಃಖಸೂಚಕ ಸಭೆಗಳನ್ನು ಜರುಗಿಸಿದವು. ಜಾನಕಿದೇವಿಯವರು ಬಾಳ್ವೆ ಮಾಡಿದಷ್ಟು ದಿನ ಪತಿಯ ಪರೋಪಕಾರೀ ಕೆಲಸಗಳಲ್ಲಿ ಉತ್ಸಾಹ ವಹಿಸುತ್ತಿದ್ದರು. ಹೀಗಾಗಿ ಅವರ ಮರಣ ವಾರ್ತೆಯು ಜಿಲ್ಲೆಯ ನಾಲ್ಕರು ಪತ್ರಿಕೆಗಳಲ್ಲಿ ಪ್ರಕಟವಾಯಿತು. ನಿಜಕ್ಕೂ ಅವರಿಂದ ಸಹಾಯ ಹೊಂದಿದ ಹಲವು ಹಿರಿಕಿರಿಯರು ಬಲುವಾಗಿ ನೊಂದರು. ಆದರೆ ಊರಿಂದೂರೆ ಅಳುತ್ತಿರುವಾಗ, ಎದೆಗಾರಿಕೆಯಿಂದ ಮನಸ್ಸನ್ನು ಕಲ್ಲುಮಾಡಿ ಕಂಬನಿಯನ್ನು ಕರೆಯಿಸದಿದ್ದ ವೀರರೆಂದರೆ "ಶ್ರೀನಿವಾಸರಾಯರೊಬ್ಬರೇ." ಅವರ ಈ ಸ್ಥೈರ್ಯವನ್ನು ಕಂಡು ಅವರ ಗೆಳೆಯರು ಕೊಂಡಾಡದೆ ಇರಲಿಲ್ಲ. "ರಾಯರೇ, ಅಂಥ ಭಾರ್ಯೆ ದೊರೆಯುವುದೆಂದರೆ ಪೂರ್ವ ಪುಣ್ಯ. ಅದರಲ್ಲೂ ಅಂಥವರ ಮರಣದಿಂದ ಒಡಲು ಕರಗಿ ನೀರಾಗಿದ್ದರೂ, ಮನಸ್ಸನ್ನು ಧೈರ್ಯಮಾಡಿ ಕಣ್ಣೀರನ್ನು ಸುರಿಸದಿರುವುದು ಅಪೂರ್ವ ಸ್ಥೈರ್ಯ" ಎನ್ನುತ್ತಿದ್ದರು. ಪ್ರತಿಯಾಗಿ ಶ್ರೀನಿವಾಸರಾಯರು – "ಅಹುದು" ಹೋದ ಬದುಕಿಗಾಗಿ ಅತ್ತುದರಿಂದ ಯಾರಿಗೇನು ಲಾಭವಾಯಿತು? ಅಂಥ ಶ್ರೀರಾಮಚಂದ್ರನು ಸೀತೆಯ ವಿರಹವಾಗಲು ಅತ್ತನು ನಿಜ. ಆದರೆ ಅವನ ಅಳುವಿನಿಂದೇನು ಸೀತೆ ಮರಳಿ ದೊರೆಯಲಿಲ್ಲ. ಹೀಗಿರಲು ಅಳುವಿನಿಂದೇನು ಪ್ರಯೋಜನವು?" ಎನ್ನುತ್ತಿದ್ದರು. ಅವರ ಈ ಮಾತನ್ನು ಕೇಳಿ ಶ್ರೀನಿವಾಸರಾಯರು ಶ್ರೀರಾಮಚಂದ್ರನಂತೆ ಆದರ್ಶ ಪತಿಯು ಮಾತ್ರವಲ್ಲ ಜನಕರಾಯನಂತೆ, ಸಂಸಾರದಲ್ಲಿ ನಿರ್ಲಿಪ್ತರಾಗಿ ನಿಂತ ಕರ್ಮಯೋಗಿಗಳೇ ಎಂದು ತಿಳಿದರು.

ಎಷ್ಟೋ ಹೆಣ್ಣುಮಕ್ಕಳ ತಂದೆಯಂದಿರಿಗೆ, ರಾಯರಿಗೆ ವಯಸ್ಸಾದರೂ, ತಮ್ಮ ಹುಡುಗಿಯರನ್ನು ಕೊಡಬೇಕೆಂದು ಮನವಾಯಿತು. ಅಂಥವರ ಕೈಹಿಡಿದರೆ ಪತ್ನಿಗೆ ಸಾಯುಜ್ಯವು ಖಂಡಿತವು ಎಂಬುದು ಅವರ ತಿಳಿವು. ಅಲ್ಲದೆ, ಇಹಲೋಕದ ಸುಖವನ್ನು ಬಯಸುವ ಸಂಸಾರಿಗಳಿಗೆ ಶ್ರೀನಿವಾಸರಾಯರು ಶ್ರೀಮಂತರೆಂದು ತಿಳಿದಿತ್ತು. ಆದರೆ ಬಾಯಿಬಿಟ್ಟು ಕೇಳುವ ಧೈರ್ಯ ಯಾರಿಗೂ ಇರಲಿಲ್ಲ. ಸೂತಕವು ಕಳೆದಾದ ಕೆಲವು ದಿನಗಳಲ್ಲಿ ಅವರ ಅತಿ ಆಪ್ತ ಮಿತ್ರರೊಬ್ಬರು ಮಾತ್ರ ಅವರನ್ನು ಕೇಳಿಯೇ ಕೇಳಿದರು. 'ಶ್ರೀನಿವಾಸ, ನೀನು ಇನ್ನೊಂದು ಲಗ್ನವನ್ನು ಏಕೆ ಮಾಡಿಕೊಳ್ಳಬಾರದು?' ಎಂದರು. ಬಲು ಹೊತ್ತಿನ ಬಳಿಕ 'ಇನ್ನೊಂದು ಲಗ್ನವೇ?' ಎಂದು ರಾಯರು ಕೇಳಿದರು.

ಎರಡನೆಯ ಬಾರಿಗೆ ಅದೇ ಪ್ರಶ್ನೆಯನ್ನು ಕೇಳಲು, ತಿರುಗಿ ಬಂದ ಉತ್ತರವು ಅದೇ. ಅವರು ಸಾಹಸ ಮಾಡಿ ಮರುದಿನ ಬಂದು ತಿರುಗಿ ಆ ಪ್ರಶ್ನೆಯನ್ನು ಕೇಳಿದರು. ಆದರೆ ಮೂರನೆಯ ಬಾರಿಗೆ ಅಷ್ಟು ಉತ್ತರವೂ ಬರಲಿಲ್ಲ. ಇನ್ನೊಂದು ಲಗ್ನವೇ ಎನ್ನಲು "ಹಾಂ, ಏನೆಂದಿರಿ?" ಎಂದರು. ಬಂದ ಗೆಳೆಯರು ಹತಾಶರಾಗಿ ಮರಳಿದರು. ಇನ್ನಾರೊಬ್ಬರೂ ಅವರೊಡನೆ ಮಾತನಾಡಲು ಹೋಗಲಿಲ್ಲ.

ಅಂಥ ಆದರ್ಶ ಪತಿಯ, ಅರ್ಥಾತ್ ಶ್ರೀನಿವಾಸರಾಯರ ಸಾಂಸಾರಿಕ ಜೀವನವನ್ನು ಕೇಳುವುದರಿಂದ ಯಾರಿಗೆ ತಾನೇ ಆನಂದವಾಗಲಿಕ್ಕಿಲ್ಲ. ಅದಕ್ಕೆಂದೇ ಅದನ್ನು ಬಣ್ಣಿಸುವೆನು.

ಶ್ರೀನಿವಾಸರಾಯರು ಬೆಳ್ಳಾರೆ ನರಹರಿರಾಯರ ಏಕಮಾತ್ರ ಪುತ್ರರು. ನರಹರಿರಾಯರಿಗೆ ಸಾಧಾರಣ ಕುಬೇರನಿಗಿರುವ ಸಂಪತ್ತಿದೆಯೆಂದು ರೂಢಿ. ಅವರ ಜೀವನದಲ್ಲಿ ಅವರು ದರಿದ್ರರ ಮನೆಗೆ ಒಂದು ದಿನವಾದರೂ ಊಟಕ್ಕೆ ಹೋದವರಲ್ಲ. ಅವರ ವ್ಯವಹಾರ ಶಿಷ್ಟಾಚಾರಗಳೆಲ್ಲ ತಮ್ಮಂತೆ ಧನಿಕರಾದವರೊಡನೆ. ಪುತ್ತೂರಿನಲ್ಲಿ ಅವರಂತೆ ಧನಿಕರಾಗಿದ್ದವರೆಂದರೆ ಅವರೇ. ಹೀಗಾಗಿ ನರಹರಿರಾಯರು ಹೆರವರ ಮನೆಗೆ ಹೋಗುತ್ತಿದ್ದಿಲ್ಲವೆನ್ನಲೂಬಹುದು. ಊರವರೆಲ್ಲ ರಾಯರ ಮನೆಗೆ ಹೋಗಿ ಅವರೊಡನೆ ಮಾತನಾಡುವುದೇ ಗೌರವವೆಂದು ತಿಳಿದಿದ್ದರು. ಅವರ ಹೊಟ್ಟೆಯಲ್ಲಿ ಹುಟ್ಟಿದ ಶ್ರೀನಿವಾಸರಾಯರೂ ತಂದೆಗೆ ತಕ್ಕ ಗುಣಾತಿಶಯಗಳಿಂದ ಒಪ್ಪುತ್ತಿದ್ದರು. ಅವರಿಗೆ ೧೮ ವರುಷವಾಗಲು ನರಹರಿರಾಯರ ಗಮನವು ಮಗನ ಮದುವೆಯ ಕಡೆಗೆ ಹರಿಯಿತು. ಶ್ರೀನಿವಾಸರಾಯರಿಗೆ ಬಿ. ಎ. ಮುಗಿಯಲಿ ಎಂಬ ಮನವಿತ್ತು. ಬಿ. ಎ. ಮುಗಿದೊಡನೆ ವಕಾಲತ್ತು ನಡೆಯಿಸಬೇಕೆಂದು ನಿಶ್ಚಯಿಸಿದ್ದರು. ಇತ್ತ ನರಹರಿರಾಯರಿಗೆ ಸ್ವತಃ ಇಂಗ್ಲಿಷಿನ ಪರಿಚಯವಿರಲಿಲ್ಲ. ಆದರೆ ಮಗನನ್ನು ವಿದ್ಯಾವಂತನನ್ನಾಗಿ ಮಾಡಬೇಕೆಂಬ ಮನವು ಬಲವಾಯಿತು. ಆದರಿಂದಲೇ ವಿದ್ಯಾಭ್ಯಾಸ ಕೊಡಿಸಿದರು. ಈಗ ಮಗನ ಇಂಟರ್ ಪರೀಕ್ಷೆ ಮುಗಿದಿತ್ತಷ್ಟೆ. ಇನ್ನು ಬರೀ ಎರಡು ವರ್ಷಗಳ ವ್ಯಾಸಂಗ. ಈಗಿನ ಕಾಲದಲ್ಲಿರುವಂತೆ ಬಿ.ಎಲ್. ಎಂಬ ಪಿಕಲಾಟ ಇದ್ದಿರಲಿಲ್ಲ. ಬರೇ F.A. ಮಾಡಿದವರೇ ವಕೀಲಿಗೆ ಬರುತ್ತಿದ್ದರು. ಆದರೆ ಉಳಿದ ವಕೀಲರಿಗಿಂತಲೂ ಮೇಲೆನಿಸಿಕೊಳ್ಳುವುದಾದರೆ ಬಿ.ಎ. ಅವಶ್ಯವಾಗಿ ಅಗಬೇಕೆಂದು ಅವರು ಎಣಿಸಿದ್ದರು. ಇತ್ತ ಮಗನಿಗೆ ಬಿ.ಎ. ಆದ ಬಳಿಕವೇ ಲಗ್ನವಾಗಲಿ ಎಂಬ ವಿಚಾರದಲ್ಲಿ ವಿಶೇಷ ಆಕ್ಷೇಪವಿರಲಿಲ್ಲ. ಆದರೆ ನಡುವೆ ಒಂದು ಹೊಸ ಸಂಗತಿಯು ಅವರ ಗಮನಕ್ಕೆ ಬಂದಿತು. ಒಂದು ದಿನ ಅವರ ಮನೆಗೆ ಮಲೆಯಾಳದಿಂದ ಕೇಳು ಪಂಡಿತನೆಂಬ ಜ್ಯೋತಿಷ್ಯ ಶಾಸ್ತ್ರಜ್ಞನು ಬಂದನಂತೆ. ಅವನೇನು ಉದ್ದೇಶಪಟ್ಟು ಬಂದವನಲ್ಲ. ದಾರಿಹೋಕನಾಗಿ ಬಂದನು. ದೊಡ್ಡವರ ಮನೆಯೆಂದು ತಿಳಿಯಲು ಮಧ್ಯಾಹ್ನ ಗ್ರಾಸಕ್ಕೆ ಅಲ್ಲಿಗೇ ಹೋದನು. ಹೋದಾಗ, ಅವರ ಮನೆಯ ಸಂಪತ್ತಿನ ಚಿನ್ಹೆಗಳನ್ನು ಕಂಡು, ಅಲ್ಲಿ ತನಗೆ ಗೌರವ ಸಿಕ್ಕೀತೆಂದು ಊಹಿಸಿ–ಊಟಕ್ಕೆ

ಮೊದಲು ಸ್ನಾನ ಮಾಡಿ ಎರಡು ತಾಸುಗಳ ಅಖಂಡ ಜಪಮಾಡಿದನು. ಊಟವಾಯಿತು. ಆದ ಬಳಿಕ ರಾಯರ ಬಳಿಗೆ ಬಂದು ನಮಸ್ಕರಿಸಿ "ಸ್ವಾಮಿ, ನಿಮ್ಮ ಆತಿಥ್ಯದಿಂದ ಕೃತಾರ್ಥನಾದೆ. ಇಂತಹ ಚೆಲುವಿನ ಆದರ ನನಗೆಲ್ಲಿಯೂ ಸಿಕ್ಕಿರಲಿಲ್ಲ" ಎಂದನು. ಅವನ ಜಪತಪ–ನೇಮ–ನಿಷ್ಠೆಗಳನ್ನು ಕಂಡ ರಾಯರಿಗೆ ಅವನಲ್ಲಿ ಪ್ರಸನ್ನತೆಯಾಗಿ 'ಇನ್ನೊಂದು ಹೊತ್ತು ಇದ್ದು ಹೋಗಿರಿ' ಎಂದರು. ಅವರ ಆಗ್ರಹಕ್ಕಾಗಿ ಉಳಿದುಕೊಂಡನು. ಮಧ್ಯಾಹ್ನ ವಿರಾಮವಿದ್ದುದರಿಂದ ಅವರೊಳಗೆ ಮಾತುಕತೆಗಳಾದವು. ಅವನು ಜ್ಯೋತಿಷ್ಯನೆಂದು ತಿಳಿಯಲು ತಮ್ಮ ಜಾತಕವನ್ನು ಅವನ ಮುಂದಿರಿಸಿದರು. ಅವನು ಕಂಡದ್ದನ್ನು ಕಂಡ ಹಾಗೆ ಹೇಳಿದನು. ಅವನ ಹೇಳಿಕೆಯಿಂದ ರಾಯರಿಗೆ ತೃಪ್ತಿಯಾಯಿತು. ಒಂದೇ ಒಂದು ಅತೃಪ್ತಿಯ ವಿಷಯವೆಂದರೆ– "ಅವರ ಆಯುಷ್ಯಕ್ಕೆ ಸದ್ಯದಲ್ಲಿ ಭಯಂಕರ ಸಂಧಿಯಿದೆಯೆಂಬುದು." ಜೋಯಿಸನು ಒಂದೆರಡು ದಿವಸಗಳಿದ್ದು ರಾಯರಿಂದ ಅನರ್ಘ್ಯ ಬಹುಮಾನ ಪಡೆದು ಹೊರಟು ಹೋದನು.

ಇತ್ತ, ರಾಯರ ಮನಸ್ಸಿನಲ್ಲಿ ತಾನು ಸಾಯುವಷ್ಟರೊಳಗೆ ಶ್ರೀನಿವಾಸಗೆ ಕಲ್ಯಾಣ ಮಾಡಬೇಕೆಂದು ಬಂದಿತು. ಅದಕ್ಕಾಗಿ ಹುಡುಗಿಯನ್ನು ಹುಡುಕತೊಡಗಿದರು. ಆದರೆ ಬಡವರ ಮನೆಯ ಕನ್ಯೆಯನ್ನು ತರುವುದು ಅವರ ಮನಸ್ಸಿನಲ್ಲಿದ್ದಿರಲಿಲ್ಲ. ಆದರೆ ಪುತ್ತೂರಿನಲ್ಲಿ ಅವರ ಹುಡುಗನ ಅಂತಸ್ತಿಗೆ ತಕ್ಕವರು ಸಿಗದೆ, ಮಂಗಳೂರಲ್ಲಿ ಶೋಧಿಸಬೇಕಾಯಿತು. ಶೋಧಿಸಿದರು. ಸಾಹುಕಾರ ರಘುವೀರರಾಯರ ಮಗಳು ಜಾನಕಿಯೆ ತಕ್ಕವಳೆಂದು ನಿರ್ಣಯವಾಯಿತು. ರಘುವೀರರಾಯರು ಸಹ ಭಾರಿ ಶ್ರೀಮಂತರು. ಹೀಗಾಗಿ ವಿವಾಹಕ್ಕೆ ಯಾವ ಪ್ರತಿಬಂಧವೂ ಇದ್ದಿರಲಿಲ್ಲ. ನರಹರಿರಾಯರು ಜಾತಕಗಳನ್ನು ಅದೇ ಕೇಳು ಪಂಡಿತನನ್ನು ಶೋಧಿಸಿ ಕರೆಯಿಸಿ ಅವನ ಕೈಯಲ್ಲಿರಿಸಿದರು. ಅವನು "ಸ್ವಾಮಿ, ಈ ರೀತಿ ಸರಿಬೀಳುವ ಜಾತಕಗಳು ಇನ್ನಿಲ್ಲ"ವೆಂದನು. ಅವನ ವಾಕ್ಯವು ಪರಮ ವಾಕ್ಯವು! ಲಗ್ನ ನಿಶ್ಚಯವಾಯಿತು. ಆಗಿಯೇ ಆಯಿತು.

ಮದುವೆಯು ಕೋಲಾಹಲದಿಂದ ನಡೆಯಿತು. ಊಟ, ಉಡುಗೆ, ಆಭರಣ, ಉಡುಗೊರೆ ವಿಜೃಂಭಣೆಗಳು ಬಿರಿದು ಮೆರೆದುವು ಎಂದು ಹೇಳುವ ಕಾರಣವಿಲ್ಲ. ಜನಕರಾಯನ ಮಗಳ ಮದುವೆಯಂತಿತ್ತು; ಶ್ರೀನಿವಾಸ ಜಾನಕಿಯರ ಮದುವೆ!

ಇತ್ತ ವಿವಾಹವಾದ ಆರು ತಿಂಗಳೊಳಗಾಗಿ ಎರಡು ದುಷ್ಟ ಪ್ರಸಂಗಗಳು ಗಂಡು – ಹೆಣ್ಣಿನ ಮನೆಗಳಲ್ಲಿ ಉಂಟಾದುವು. ಮೊದಲನೆಯ ಕೃತಿಯು ರಘುವೀರರಾಯನ ಜೀವನದ್ದು. ಒಮ್ಮೆಗೇ ರಾಯರ ವ್ಯಾಪಾರದಲ್ಲಿ ಅಪಾರ ನಷ್ಟವುಂಟಾಗಿ ಅವರು ದಿವಾಳಿಯಾಗುವ ಪ್ರಸಂಗ ಬಂದಿತು. ಊರವರು ಕನಸಿನಲ್ಲಿ ಎಣಿಸಿರಲಿಲ್ಲ. ರಘುವೀರರಾಯರು ಉಪಾಯಗಾಣದೆ ತಮ್ಮ ಅಂತಸ್ತಿಗೆ ಸರಿಯಾಗಿ, ವಜ್ರವನ್ನು ತಿಂದು ಪ್ರಾಣಬಿಟ್ಟರು! ಅದಾದ ಕೆಲವು ದಿನಗಳಲ್ಲಿ ಸ್ವತಃ ನರಹರಿರಾಯರು ಹಾಸಿಗೆ

ಹಿಡಿದರು. ಆರಂಭದಲ್ಲಿ ಸ್ವಲ್ಪ ಮೈ ಬೆಚ್ಚಗಾಯಿತು. ಅದೇ ತನ್ನ ಸಾವಿನ ಸೂಚನೆಯೆಂದು ಪಂಡಿತನ ಭವಿಷ್ಯವಾಣಿಯಿಂದ ತಿಳಿದರು. ಆ ಕಾಯಿಲೆಯಲ್ಲಿ ತಾವು ಸಾಯುವುದು ಖಂಡಿತವೆಂದು ಊಹಿಸಿದರು. ಚಿಂತೆ ಬಲವಾದಂತೆ ಕಾಯಿಲೆಯೂ ಬಲವಾಯಿತು. ಒಂದು ದಿನ ವಿಧಿಯ ಆಜ್ಞೆಗೆ ಸರಿಯಾಗಿ ಅವರು ಹೊರಟೇ ಹೋದರು.

ಹೀಗೆ, ತಂದೆಯನ್ನೂ ಮಾವಂದಿರನ್ನೂ ಏಕ ಸಮಯದಲ್ಲಿ ಶ್ರೀನಿವಾಸರಾಯರು ಕಳೆದುಕೊಂಡು ಖೇದಕ್ಕೀಡಾದರು. ಆಗ ಜಾನಕಿಗೆ ೧೪ ವಯಸ್ಸು. ಅಷ್ಟಿದ್ದರೂ ಪತಿಯ ದುಃಖ ಸಮಾಧಾನಕ್ಕಾಗಿ ಶತಪ್ರಯತ್ನ ಮಾಡಿದಳು. ಆದರೆ ಸಾವಿನ ನೆನಪನ್ನು ಯಾವಜ್ಜೀವ ಕಟ್ಟಿಕೊಂಡರೆ ಬದುಕಲು ಬಂದೀತೇ?

ಜಾನಕಿಯೂ ಈಗ ಶ್ರೀನಿವಾಸರಾಯರ ಮನೆಯಲ್ಲಿ ಯೋಗ್ಯ ಪದವಿಯನ್ನು ಹೊಂದಿದಳು. ಶ್ರೀನಿವಾಸರಾಯರ ಪತ್ನಿಪ್ರೇಮವು ಬೆಳೆಯುತ್ತ ಹೋಯಿತು. ಸಂಪತ್ತಿನಿಂದ ಏನೆಲ್ಲ ದೊರೆಯಬಹುದೋ ಅದೆಲ್ಲವನ್ನೂ ಜಾನಕಿಗೆ ಕೊಡತೊಡಗಿದರು. ಜಾನಕಿಯು ಉಡುಗೆ ತೊಡುಗೆಯ ಆಡಂಬರದಲ್ಲಿ ಆಸಕ್ತಳು. ದಿನಕ್ಕೊಂದು ಸೀರೆ ಬೇಕು. ದಿನಕ್ಕೊಂದು ಆಭರಣ ಬೇಕು. ಆದರೆ ಅವಳ ಆಶೆ ಎಂದೂ ನಿಷ್ಫಲವಾಗುತ್ತಿರಲಿಲ್ಲ. ಶ್ರೀನಿವಾಸರಾಯರು "ನಿನಗಲ್ಲದ್ದೇನು?" ಎನ್ನುತ್ತಿದ್ದರು. ಅವರಿಬ್ಬರ ತಾರುಣ್ಯದಲ್ಲಿ ಜಾನಕಿಯು ಮೂರು ನಾಲ್ಕು ಬಾರಿ ಅಖಿಲ ಹಿಂದುಸ್ಥಾನದ ಯಾತ್ರೆ ಮಾಡಿದಳು. ಅವಳಿಗೆಂದೇ ಉದ್ದೇಶಿಸಿ ಹೋದುದಲ್ಲ. ಪತಿಯು ತಾನಾಗಿ ಹೋಗಬೇಕೆಂದು ಆಸೆಮಾಡಿದನು. ಆದರೆ ತನ್ನ ಪತ್ನಿಯನ್ನು ಮಮತೆಯಿಂದ ಬಿಟ್ಟುಹೋಗಲಾರದೆ ಒಯ್ದನು. ಇಂತಹ ಸಂಸಾರಿಗಳು ಎಷ್ಟು ಮಂದಿ!

ದೇವರು ದಂಪತಿಗಳ ಅನ್ಯೋನ್ಯಕ್ಕೆ ಮೆಚ್ಚಿ, ಮೊದಲಿಗೇ ಗಂಡು ಮಗುವೊಂದನ್ನು ಕರುಣಿಸಿದನು. ಆಗ ಅವರ ಆನಂದಕ್ಕೆ ಪಾರವಿಲ್ಲ. ಆ ಮಗುವನ್ನು ಜಾನಕಿಯು ಚಿನ್ನದ ತಗಡಿನಿಂದಲೆ ಹೊದಿಸಿದ್ದಳೆಂದರೂ ತಪ್ಪಿಲ್ಲ. ಅಂತೆಯೇ ಹತ್ತು ಹದಿನೆರಡು ವರುಷಗಳ ಅವಧಿಯಲ್ಲಿ, ಅವರ ಕುಟುಂಬವು ಒಂದರಿಂದ ಎಂಟಕ್ಕೆ ಹೆಚ್ಚಿತು.

ಮಕ್ಕಳ ವಿದ್ಯೆ, ಮುಂಜಿ, ಮದುವೆ ಶೃಂಗಾರಗಳಿಗೆ ಯಾವ ರೀತಿಯಿಂದಲೂ ಕೊರತೆಯುಂಟಾಗದಂತೆ ಶ್ರೀನಿವಾಸರಾಯರು ನಡೆಯಿಸಿದರು. ಜಾನಕಿ ಮನದಲ್ಲಿ ಎಣಿಸುವುದರೊಳಗೇ ಎಣಿಸಿದ್ದು ಮನೆಗೆ ಬಂದು ಬೀಳುವುದು.

ಆದರೆ ಶರೀರ ಬಲವು ಜಾನಕಿಯನ್ನು ವಂಚಿಸತೊಡಗಿತು. ಹತ್ತೆಂಟು ಬಾಣಂತಿತನದಿಂದ ಅವಳೀಗ ಅಶಕ್ತಿಗೆ ಗುರಿಯಾದಳು. ವಯಸ್ಸು ಬರೇ ಮೂವತ್ತೆರಡಾದರೂ ಕೂದಲು ನರೆಯತೊಡಗಿತು. ಮೊದಲಿನ ಉತ್ಸಾಹವು ಇಲ್ಲದಾಯಿತು. ಆಗಾಗ ಅವಳು ಬೇನೆಗೆ ಗುರಿಯಾಗತೊಡಗಿದಳು. ವೈದ್ಯರು, ಡಾಕ್ಟರರು, ಹಕೀಮರು–

ಎಲ್ಲರ ಔಷಧಗಳೂ ದಿನನಿತ್ಯ ನಡೆದುವು. ಅಮಾವಾಸ್ಯೆ ಹುಣ್ಣಿಮೆಗೊಮ್ಮೆ ಬೇನೆಯು ಬಿಟ್ಟು ಉಳಿದ ದಿನಗಳಲ್ಲೆಲ್ಲ ಬರತೊಡಗಿತು. ಶ್ರೀನಿವಾಸರಾಯರ ಆತುರವು ಬಲವಾಗಿ ಹೆಚ್ಚಿತು.

ಒಂದು ದಿನ ಶರೀರವು ತೀರ ಕಠಿನತರದ ವಾತದ ರೂಪವನ್ನು ತಾಳಿತು. ಆಗಾಗ ಕೆಲವು ಬಾರಿ, ಶರೀರದ ಕೆಲವೊಂದು ಭಾಗವು ತೀರ ಚೈತನ್ಯಶೂನ್ಯವಾಗಿ ಕಾಣಿಸತೊಡಗಿತು. ತನ್ನ ಪಾಡು ಇದೇ ತೆರನಾದರೆ ಬಾಳ್ವೆಯು ಕಷ್ಟವೆಂಬ ಚಿಂತೆಯು ಜಾನಕಿಗೆ ಉಂಟಾಯಿತು. ಒಂದು ದಿನ ಶ್ರೀನಿವಾಸರಾಯರು ಚಿಕಿತ್ಸೆಗೆ ಬಂದ ಡಾಕ್ಟರರೊಬ್ಬರೊಡನೆ "ಏನು ಸ್ವಾಮಿ, ಇದಕ್ಕೆ ಔಷಧವಿಲ್ಲವೆನ್ನುತ್ತೀರಾ?" ಎಂದರು. ಬಳಿಯಲ್ಲಿ ಹಾಸಿಗೆ ಹಿಡಿದ ಜಾನಕಿ ತನ್ನ ಮೃತ್ಯುಪತ್ರವನ್ನು ನಿರೀಕ್ಷಿಸುವಂತೆ ಆತುರಳಾಗಿ ಕೇಳುತ್ತಿದ್ದಳು. ವೈದ್ಯರೆಂದರು. "ರಾಯರೇ, ಬೇನೆ ಕಠಿಣದ್ದೆಂಬುದು ನಿಜ. ಇದು ಹಲವು ಬಾಣಂತಿತನದಿಂದ ಬಂದುದು. ಗುಣವಾದರೂ ಮೆಲ್ಲಗೆ ಗುಣವಾದೀತು. ಆದರೆ, ಅವರು ಇನ್ನು ಬಾಣಂತಿಯಾಗದಂತೆ ಎಚ್ಚರವಿದ್ದರೆ, ಮುಂದೆ ಬೇರೆಯವರ ಸಹಾಯವಿಲ್ಲದೆ ಅವರು ಚಲಿಸಿ ನಡೆಯುವಂತಾಗಬಹುದು – ಆ ಎಚ್ಚರವು ತಪ್ಪಿದ ದಿನವೇ ಬೇನೆಯು ಕಠಿನ ಸ್ವರೂಪಕ್ಕೆ ತಿರುಗಿ ಜೀವನಕ್ಕೆ ಧಕ್ಕೆ ಬೇಗ ಬರಲೂಬಹುದು"– ಎಂದರು. ಜಾನಕಿಗೆ ಹೇಗಾದರೂ ಮಾಡಿ ತನ್ನ ಬಾಳ್ವೆಯನ್ನು ರಕ್ಷಿಸಿಕೊಳ್ಳಬೇಕೆಂದು ಮನವಾಗಿ ವೈದ್ಯರು ಹೇಳಿದ ಪಥ್ಯ ಔಷಧ ಉಪಚಾರಗಳನ್ನು ಶ್ರದ್ಧೆಯಿಂದ ನಿರ್ವಹಿಸತೊಡಗಿದಳು. ಪಾಪ! ಅವಳಿಗೆ ತನ್ನ ಅಲ್ಪ ವಯಸ್ಸಿನಲ್ಲಿ ಅಷ್ಟೊಂದು ಎಳೆಗೂಸುಗಳನ್ನು ಅಗಲಿ ಇಹಲೀಲೆಯನ್ನು ಮುಗಿಸಲು ಎಳ್ಳಷ್ಟೂ ಮನವಿರಲಿಲ್ಲ.

ಅವಳ ಹಟ ಸಾಧನೆಯಿಂದಲೋ, ದೇವರ ಅನುಗ್ರಹದಿಂದಲೋ ಏನೋ ಜಾನಕಿ ದೇವಿಗೆ ಆರೋಗ್ಯವಾಗುತ್ತ ಬಂದಿತು. ಒಂದೆರಡು ತಿಂಗಳಲ್ಲಿ ಅವಳಿಗೆ ತಾನಾಗಿ ಎದ್ದು ತಿರುಗುವ ಶಕ್ತಿಯು ಬಂದಿತು. ಶ್ರೀನಿವಾಸರಾಯರಿಗೆ ಕಳೆದು ಹೋದ ಸ್ವರ್ಗವು ತಿರುಗಿ ದೊರಕಿದಂತಾಯಿತು.

ಆದರೆ ಸುಖಕ್ಕಿಂತ ದುಃಖವೇ ಸಂಸಾರದಲ್ಲಿ ದೊಡ್ಡದೆಂದು ಕಾಣುವುದು. ಬರೇ ಹದಿನೈದು ದಿನಗಳ ತನಕ ಜಾನಕಿ ದೇವಿಯು ಎದ್ದು ತಿರುಗಾಡಿದ್ದಳಷ್ಟೆ – ತಿರುಗಿ ಹಾಸಿಗೆ ಹಿಡಿದಳು. ಈ ಬಾರಿ ವಾತವು ಬಲವಾಯಿತು. ಜತೆಯಲ್ಲಿ ಜ್ವರವು ಬರತೊಡಗಿತು. ದಂಪತಿಗಳು ತಮ್ಮ ಮಾತನ್ನು ನಿರಾಕರಿಸಿದರೆಂದು ವೈದ್ಯರು ತಿರುಗಿ ಅವರ ಮನೆಗೆ ಬರುವುದನ್ನೇ ನಿಲ್ಲಿಸಿದರು. ಜಾನಕಿಯ ದುಃಖ ಮಿತಿಮೀರಿತು. ಒಂದು ದಿನ ಶ್ರೀನಿವಾಸರಾಯರು ಕಾರಣಾಂತರದಿಂದ ಮಂಗಳೂರಿಗೆ ಹೋದಾಗ ಅವರನ್ನು ಕರೆಯಿಸಿ "ನಾನೇನು ಮಾಡುವುದು, ನನ್ನ ತಪ್ಪಿಲ್ಲ. ಒಂದು ಬಾರಿ ಉಳಿಸಿರಿ. ನಿಮ್ಮ ಮಾತನ್ನು ಕಾಯಬೇಕೆಂದು ಅವರ ಕಾಲನ್ನು ಹಿಡಿದು ಬೇಡುತ್ತೇನೆ" ಎಂದಳು. ಜಾನಕಿಯ ಕಣ್ಣೀರು ಕಂಡು ತಿರುಗಿ ಚಿಕಿತ್ಸೆಗೆ ತೊಡಗಿದರು. ಒಂದು ವಾರದಲ್ಲಿ ಬೇನೆ

ಇಳಿಮೊಗವಾಯಿತು. ಒಂದು ದಿನ ತಿರುಗಿ ಅದು ಬಲವಾಯಿತು. ಅದರ ಕಾರಣವನ್ನು ಊಹಿಸಿದ ವೈದ್ಯರು ತಿರುಗಿ ಆ ಮನೆಯಲ್ಲಿ ಕಾಲಿಡಲಿಲ್ಲ. ಜಾನಕಿಗೆ ಹಾಸಿಗೆಯಲ್ಲಿ ಉರುಳುತ್ತ ಅಳುವುದೇ ಕೆಲಸವಾಯಿತು. ಅಂದಿನಿಂದ ಅವಳ ಸಂಸಾರದ ಕಲ್ಪನೆಯೇ ಬದಲಾಯಿತು. ಪತಿಯು ಬಳಿಗೆ ಬಂದರೆ ಮಾತನಾಡುವುದನ್ನು ಸಹ ನಿಲ್ಲಿಸಿಬಿಟ್ಟಳು. ಇದರಿಂದ ಅವರಲ್ಲಿ ಸ್ವಲ್ಪ ಮನಕ್ಲೇಶವಾಯಿತೋ ಏನೋ ತಿಳಿಯದು. ಅಂತು ಶ್ರೀನಿವಾಸರಾಯರಿಗೂ ಜಾನಕಿಯ ಮೇಲಿನ ಪ್ರೇಮವು ತಣಿಯುತ್ತ ಬಂದಿರಬೇಕು. ಅವರೂ ಜಾನಕಿಯ ಚಿಕಿತ್ಸೆಯಲ್ಲಿ ಅನಾಸಕ್ತಿ ತೋರತೊಡಗಿದರು. ಜಾನಕಿಗೆ ಇನ್ನು ಚಿಕಿತ್ಸೆಯು ಅವಶ್ಯವಿಲ್ಲೆಂದು ತಿಳಿದಿತ್ತು. ಅವಳೀಗ ದಿನವನ್ನು ಎಣಿಕೆ ಹಾಕತೊಡಗಿದಳು.

ಒಂದು ದಿನ ಅದು ಬಂದಿತು. ಜಾನಕಿಯು ತನ್ನ ಕಿರುಮಗಳೊಡನೆ "ಮಗೂ, ಅಪ್ಪನನ್ನು ನಾನು ಕರೆಯುವೆನೆನ್ನು" ಎಂದು ಹೇಳಿ ಕಳುಹಿಸಿದಳು. ಮಗುವು ಹೇಳಿ ಬಂದ ಒಂದು ತಾಸಿನ ನಂತರ ಅವರು ಬಂದರು. ಆಗ ಜಾನಕಿಯ ಮಗ್ಗುಲಲ್ಲಿ ಯಾರೂ ಇದ್ದಿರಲಿಲ್ಲ. ಅವರು ಬಂದು ನಿಂತರು. ಜಾನಕಿಯು ಮಂಚದ ಮೇಲೆ ಕುಳಿತುಕೊಳ್ಳಲು ಸಂಜ್ಞೆ ಮಾಡಿದಳು. ಅವರು ಉದಾಸೀನವೃತ್ತಿಯಿಂದ ಕುಳಿತುಕೊಂಡರು. ಜಾನಕಿ ಮೆಲ್ಲನೆ ಮಾತಾಡಲೆತ್ನಿಸಿದಳು. ಅವಳ ಕಣ್ಣಿಂದ ಬಳಬಳನೆ ನೀರು ಸುರಿಯತೊಡಗಿತು. ಅದನ್ನು ತಡೆದು "ನನ್ನ ಕೊನೆಯ ಮಾತನ್ನು ಕೇಳುತ್ತೀರಾ?" ಎಂದಳು. ರಾಯರು ಉದಾಸೀನವೃತ್ತಿಯಿಂದ 'ಏನು' – ಎಂದರು. ನೀವು ಇನ್ನೊಂದು ಲಗ್ನದ ವಿಚಾರ ಮಾಡುತ್ತಿರುವಿರೆಂದು ಕೇಳಿದೆ! ನನ್ನ ಶಾಪವಿದೆ! ಅದು ಕೂಡದೇ ಕೂಡದು. ನನ್ನನ್ನು ಕೊಂದಂತೆ ಅವಳನ್ನೂ ಕೊಲ್ಲುವಿರಾ?" ಎಂದು ಹೇಳಿದಳು. ಈ ಮಾತನ್ನು ಆಡುವ ಗಳಿಗೆಯಲ್ಲಿ ಅವರ ಹಿರೇ ಮಗನು ಹಾಸುಗೆಯ ಬಳಿ ನಿಂತಿದ್ದನು. ತಾಯಿಗೆ ಬುದ್ಧಿಭ್ರಂಶವಾಗಿದೆಯೆಂದು ಅವನು ತಿಳಿದನು. ಇತ್ತ ರಾಯರ ಕೈಗಳು ಜಾನಕಿಯ ಕರಗಳಲ್ಲಿದ್ದವು. ಅವರು ಬಲವಂತದಿಂದ ಅದನ್ನು ಸೆಳೆದುಕೊಂಡರು. ಕೈಹಿಡಿತಕ್ಕೆ ಸರಿಯಾಗಿ ಜಾನಕಿಯು ಕೆಮ್ಮಿದಳು. ಅದೇ ಕೊನೆಯ ಕೆಮ್ಮಾಯಿತು. ಶ್ರೀನಿವಾಸರಾಯರು ಪತ್ನಿಯ ಮೆಲಿನ ಪ್ರೇಮದಿಂದ ತಿರುಗಿ ಮದುವೆ ಆಗುವುದಿಲ್ಲವೆಂದು ವದಂತಿ!

■

“ಕೊಟ್ಟ ಹೆಣ್ಣು ಕುಲದ ಹೊರಗೆ”

ಮೊತ್ತಮೊದಲಿನ ದಿನ ಅಂದರೆ ನಮ್ಮ ಮಂಜುನಾಥಯ್ಯನವರು ತಮ್ಮ ಮಗನಿಗಾಗಿ ಸೋಮಣ್ಣಯ್ಯನವರ ಮಗನ ಜಾತಕವನ್ನು ಒಯ್ಯುವ ದಿನ, ಹುಣ್ಣಿಮೆಯಾಗಿತ್ತೆಂದು ಕಾಣುತ್ತದೆ. ಅದಾದ ನಾಲ್ಕು ದಿವಸಗಳಲ್ಲೇ ನಿಶ್ಚಯ ತಾಂಬೂಲ ನಡೆಯಿತು. ಇನ್ನು ನಾಲ್ಕು ದಿವಸಗಳು ಕಳೆದವು. ಪ್ರಾಯಶಃ ಲಗ್ನದ ತಿಥಿ ಅಷ್ಟಮಿ ಇರಬೇಕು. ಅದಾಗಿ ಮುಂಜುನಾಥಯ್ಯನವರ ಮಗ ವೆಂಕಟ್ರಮಣನಿಗೆ ಫಲಶೋಭನವಾದ ಎರಡು ವರ್ಷಗಳ ಬಳಿಕ – ಅದು ಕೃಷ್ಣಪಕ್ಷದ ದಶಮಿಯೋ ದ್ವಾದಶಿಯೋ ಅದರ ಮೇಲೊಮ್ಮೆ ವೆಂಕಟ್ರಮಣನು ಮಾವನ ಮನೆಗೆ ಹೋದದ್ದುಂಟು. ಅದು ಪ್ರಾಯಶಃ ಅಮವಾಸ್ಯೆಯ ದಿನವಿರಬೇಕು. ನಮ್ಮ ಹಿರಿಯರೆನ್ನುವುದು ಸುಳ್ಳಲ್ಲ – ಎಲ್ಲವನ್ನೂ ಯೋಗ್ಯ ಮುಹೂರ್ತ ನೋಡಿ ಕೆಲಸ ಮಾಡಬೇಕೆಂದು. ಪ್ರಾಯಶಃ ದಿನ ನೋಡುವುದರಲ್ಲಿ ಮಾಡಿದ ತಪ್ಪಿನಿಂದಲೋ ಏನೋ ಮಾವ ಅಳಿಯನ ಸ್ನೇಹ, ನಂಟರು ಬೀಗರ ಸ್ನೇಹ, ಅತ್ತೆ ಸೊಸೆಯರ ಸ್ನೇಹವೆಲ್ಲ ಈಗ ಅಮವಾಸ್ಯೆಯಲ್ಲೇ ನಿಂತಿದೆ. ತಿರುಗಿ ಅವರ ಸಂಸಾರದಲ್ಲಿ ಚಂದ್ರನು ಮೂಡುವ ಬಗೆಯೇ ಕಾಣಿಸದು.

ಅಲ್ಲದಿದ್ದರೆ ಹುಣ್ಣಿಮೆಯ ದಿನ ನಮ್ಮ ಮಂಜುನಾಥಯ್ಯನವರು ಸೋಮಣ್ಣಯ್ಯನವರ ಮನೆಗೆ ಹೋಗುವಾಗ ಎಂಥ ಅರಳಿದ ಮೋರೆಯಿಂದ ಹೋಗಿದ್ದರು! ಹೋಗುವಾಗಲೇ ಹೋದ ಕೆಲಸವು ಯಶಸ್ವಿಯಾಗುತ್ತದೆ ಎಂದು ಅವರಿಗೆ ತಿಳಿದಿತ್ತು. ಹೋದರು – ಎಂದಿಗೂ ಊರೆಲ್ಲ ತಿರುಗುತ್ತಿರುವ ಸೋಮಣ್ಣಯ್ಯನು ಅ ದಿನ ಮನೆಯಲ್ಲೇ ಇದ್ದರು. ಅವರು ಇರುವುದು ಸಂಶಯವೆಂದು ಇವರು ತಿಳಿದಿದ್ದರು. ಜಾತಕವನ್ನು ಕೇಳಿದೊಡನೆಯೇ ಕೊಟ್ಟರು. ಮುಗುಳ್ನಗೆಯಿಂದ ‘ದೇವರು

ಅನುಗ್ರಹಿಸಿದರೆ ಸಂತೋಷದ ವಿಷಯ'ವೆಂದರು. ಮಂಜುನಾಥಯ್ಯನವರು ತಾವು ಹೋದ ಗಳಿಗೆಯನ್ನು ಸ್ಮರಿಸುತ್ತ ಮನೆಗೆ ಬಂದರು. ಪುರೋಹಿತರನ್ನು ಕರೆಯಿಸಿ ಜಾತಕವಾಗುತ್ತದೆಯೋ ಎಂದು ಕೇಳಿದರು. ಬಹಳ ಚೆನ್ನಾಗಿ ಕೂಡಿಬರುತ್ತದೆ ಎಂದರು ಅವರು.

ಸರಿ, ನಿಶ್ಚಯ ತಾಂಬೂಲದ ದಿನ ಬಂದಿತು. ತಮ್ಮ ಮಗ ಈಶ್ವರನಿಗೂ ಅವರ ಮಗಳು ಕನಕಲತೆಗೂ ಲಗ್ನ ಸಂಬಂಧವನ್ನು ಬೆಳೆಯಿಸುವ ಸಲುವಾಗಿ ಇಷ್ಟಮಿತ್ರರೊಡಗೂಡಿ ಕಲೆತರು. ಮೊದಲಿನ ಒಂದೆರಡು ಮಾತಗಳಾದವು. "ನಮ್ಮ ಹುಡುಗ ಇಂಗ್ಲಿಷು ಕಲಿಯುತ್ತಾನೆ. ಅವನ ಅಂತಸ್ತಿಗೆ ತಕ್ಕಂತೆ ಉಡುಗೊರೆ ಉಪಚಾರವಾಗಬೇಕು. ವರದಕ್ಷಿಣೆಯೆಷ್ಟು" ಎಂದರು. ಅಂತೂ ಇಂತು ಕಸಿವಿಸಿಯಾಗಿ ೫೦೦ಕ್ಕೆ ಧಾರಣೆ ಬಂದು ನಿಂತಿತು. ಒಪ್ಪಿಕೊಂಡರು.

ಲಗ್ನದ ದಿವಸವೂ ಬಂದಿತು. ಅಷ್ಟಮೀ ದಿನವೆಂದೆವಲ್ಲ. ಬಹಳ ವಿಜೃಂಭಣೆಯಿಂದ ಮಂಜುನಾಥಯ್ಯನವರು ಕನ್ಯೆಯ ಮನೆಗೆ ದಿಬ್ಬಣ ಸಾಗಿಸಿಕೊಂಡು ಹೋದರು. ತಕ್ಕ ವಿಜೃಂಭಣೆಯಿಂದಲೇ ಸನ್ಮಾನ ಸತ್ಕಾರಗಳಾದುವು. ಧಾರಾಮಂಟಪದಲ್ಲಿ ವಧೂವರರಿಗೆ ಮಾಲೆಯು ಬಿತ್ತು. ಬ್ರಾಹ್ಮಣ ವೃಂದವು ಹರಸಿತು. ಬಂದ ಅತಿಥಿಗಳೂ ಲಗ್ನ ಮುಗಿಯುತ್ತ ಹೊರಟು ಹೋದರು. ಎಲ್ಲ ಶಾಂತವಾದ ಬಳಿಕ ಮಂಜುನಾಥಯ್ಯನವರು ಬೀಗರನ್ನು ಕರೆದು "ಏನು ಸ್ವಾಮಿ ನೀವು ಮಾಡುವ ಕೆಲಸವಿದೆಯೇ?" – ಎಂದರು. ಸೋಮಣ್ಣಯ್ಯನು ಗಾಬರಿಯಿಂದ "ಏನು?" ಎಂದು ಕೇಳಿದರು. "ಏನು ಎಂದರೆ, ನೀವು ೫೦೦ ಎಂದು ಕೊಟ್ಟ ಹಣದಲ್ಲಿ ೪೦೦ ಇದ್ದಿತ್ತಲ್ಲ. ಈ ರೀತಿಯ ಮೋಸವೇ" ಎಂದರು. ಇವರು ಸಮಾಧಾನ ಹೇಳಿದರು – "ಸ್ವಾಮಿ ನಾನು ೩೦೦ ರೂಪಾಯಿಗಳ ಚಿನ್ನ ಹಾಕಿಸುತ್ತೇನೆ ಎಂದಿದ್ದೆ. ಆದರೆ ಅಳತೆ ತಪ್ಪಿ ಅದು ೪೦೦ಕ್ಕೆ ಬಂದಿತು. ಹೀಗಾಗಿ ವರದಕ್ಷಿಣೆ ೪೦೦ ಮಾಡಿದೆ. ಒಟ್ಟಿಗೆ ೮೦೦ರೇ ಆಯಿತಲ್ಲ"– ಎಂದರು. "ಅದು ಹೇಗಾಗುತ್ತದೆ ಸ್ವಾಮಿ? ವರದಕ್ಷಿಣೆಗೆ ವರದಕ್ಷಿಣೆ ಸರಿಯಾಗಿರಬೇಕು. ಚಿನ್ನಾಭರಣಗಳ ವಿಷಯ ನಿಮಗೆ ಹೆಚ್ಚಿಗೆ ವ್ಯಯಿಸಲು ನಾವು ಹೇಳಲಿಲ್ಲ" ಎಂದರು. ಸೋಮಣ್ಣಯ್ಯನ ಮುಖ ಸಪ್ಪಗಾಯಿತು. ಮುಂದೆ ಏನಾಗುತ್ತಿತ್ತೋ, ಮಂಜುನಾಥಯ್ಯನವರ ಗೆಳೆಯರು ಬಂದು ಹಾಗೂ ಹೀಗೂ ಸಮಾಧಾನಪಡಿಸಿ ಹೋದರು. ಅವರಂತು ಸಮಾಧಾನವಾಯಿತೆಂದು ತಿಳಿದು ಹೋದರು. ಲಗ್ನದ ನಾಲ್ಕು ದಿನಗಳು ಕೊರತೆಯಿಲ್ಲದೆ ಸರಿದುವು; ಉಂಡು ಹೋದವರ ಪಾಲಿಗೆ, ಆದರೆ ಮಂಜುನಾಥಯ್ಯನವರ ಮನಸ್ಸಿಗಲ್ಲ. ಇತ್ತ ಮಗರಾಯ ವೆಂಕಟರಮಣಗೆ ಹುಡುಗಿಯ ರೂಪಲಾವಣ್ಯವನ್ನು ಕಂಡು ಸಂತೋಷವಾಯಿತು. ಅತ್ತೆಯಿದ್ದಿಲ್ಲವಾದರೂ, ಮಾವನ ತಂಗಿಯು ಮಾಡಿದ ಉಪಚಾರಗಳಿಂದ ಮನಸ್ಸು ತೃಪ್ತಿಯಾಯಿತು. ಚತುರ್ಥಿಯ ದಿನ ಹುಡುಗಿಯನ್ನು ಕರೆದುಕೊಂಡು ಬಂದನು. ಗೃಹ ಪ್ರವೇಶವಾಯಿತು.

ಜೋಯಿಸರೆನ್ನುತ್ತಾರೆ–ಗೃಹಪ್ರವೇಶದ ಮಹೂರ್ತವು ಚೆನ್ನಾಗಿದ್ದಿಲ್ಲವೆಂದು. ಆದರೆ ಮರುದಿನವೇ ಮಂಜುನಾಥಯ್ಯನಿಗೆ ಕೋರ್ಟು ಕೆಲಸವಿದ್ದುದರಿಂದ ಅದೇ ಮಹೂರ್ತದಲ್ಲಿ ಮಾಡಿದರು. ಅವರು ಪುರೋಹಿತರಲ್ಲಿ ನಾಲ್ಕು ವರ್ಷಗಳ ಬಳಿಕ "ನಾನು ಅಂದೇ ಅಂದಿದ್ದೆ. ಗೃಹಪ್ರವೇಶದ ಮಹೂರ್ತ ಚೆನ್ನಾಗಿದ್ದಿಲ್ಲವೆಂದು. ಆಗಾಗಲೇ ಗ್ರಹಚಾರ ಪ್ರವೇಶವಾಗಿರಬೇಕು" ಎನ್ನುತ್ತಿದ್ದರು. ನಿಜವಿರಲೂಬಹುದು. ಅಂತು ಸಂಗತಿ ಸ್ವಾರಸ್ಯಗಳನ್ನು ನೋಡುವಾಗ ಹಾಗೆಯೇ ಎಂದು ಕಾಣುತ್ತದೆ. ಸರಿ, ವಿವಾಹ, ಉಭಯ ಕುಶಲೋಪರಿಗಳಾದ ಬಳಿಕ ವೆಂಕಟರಮಣನು ತಿರುಗಿ ಶಾಲೆಯನ್ನು ಸೇರಿದನು. ಈ ವರುಷ ಅವನ ಬಿ.ಎ. ಪರೀಕ್ಷೆ. ಪರೀಕ್ಷೆಯಾಗುವ ಸಮಯದಲ್ಲಿ ಕನಕಲತೆ ತವರು ಮನೆಯಲ್ಲಿದ್ದಳು. ರಜೆಯ ಆರಂಭಕ್ಕೆ ಸರಿಯಾಗಿ ಅವಳು ಋತುಮತಿಯಾದಳು. ಸೋಮಣ್ಣಯ್ಯನವರು ಶುಭ ಸಮಾಚಾರವನ್ನು ನಂಟರಿಗೆ ತಿಳಿಸಿದರು. ಆ ಸಮಯಕ್ಕೆ ಸರಿಯಾಗಿ ಮನೆಗೆ ವೆಂಕಟರಮಣನ ಆಗಮನವೂ ಆಗಿತ್ತು. ತಂದೆಯ ಅಪೇಕ್ಷೆ ೫ನೇ ದಿನಕ್ಕೆ ಋತುಶಾಂತಿಯನ್ನು ಮಾಡಿಸುವ ಎಂದಿತ್ತು. ಆದರೆ ರಾಯರು ಅಷ್ಟು ಅವಸರವಿಲ್ಲವೆಂದು ಹೇಳಿ ಕಳುಹಿಸಿದರು. ಹತ್ತು ದಿನ ಕಳೆದ ಬಳಿಕ ಸೋಮಣ್ಣಯ್ಯನು ಅವರ ಮನೆಗೆ ಬಂದು ವೆಂಕಟರಮಣನೊಡನೆಯೇ ಪ್ರಸ್ತಾಪವೆತ್ತಿದರು. ನೆರೆ ಕೊಠಡಿಯಲ್ಲಿರುವ ಮಂಜುನಾಥ್ಯನವರಿಗೆ ಅದು ಕೇಳಿಸಿತು. ಅವರು ಸಿಟ್ಟಾಗಿ ಹಾರಿ ಬಂದರು. "ಏನು, ಮನೆಯಲ್ಲಿ ಯಜಮಾನನಾದ ನಾನು ಸತ್ತಿರುವೆನೆಂದು ತಿಳಿದಿರಾ?" ಎಂದರು. ಸೋಮಣ್ಣಯ್ಯನವರ ಮುಖ ಸಪ್ಪಗಾಯಿತು. "ಕ್ಷಮಿಸಿ, ನಾನು ಹೀಗೆಯೇ ಒಂದು ಮಾತು ಕೇಳಿದೆ. ನಿಮ್ಮೊಡನೆ ದಿನ ನಿರ್ಣಯಿಸುವುದಕ್ಕೆಂದೇ ನಾನು ಬಂದವನು" ಎಂದು ಸಮಾಧಾನ ಹೇಳಿದರು. "ದಿನವೇ? ಆಗುವುದಿಲ್ಲ ಬಿಡಿರಿ. ಆ ನೂರು ರೂಪಾಯಿ ಪೂರ್ಣ ತಂದುಕೊಟ್ಟ ವಿನಹ ಪ್ರಸ್ತಾಪವನ್ನು ಎತ್ತಬೇಡಿರಿ" – ಎಂದರು. ಸೋಮಣ್ಣಯ್ಯನು ಅದಕ್ಕೆ ಒಡಂಬಡಲಿಲ್ಲ. ನೀವು ಅಷ್ಟು ಹಟಮಾಡಿದರೆ ೧೦೦ ಕೊಡುತ್ತೇನೆ. ಆದರೆ ಆ ಶರ್ಯತ್ತಿನ ಮೇಲೆ ಪ್ರಸ್ತವಾಗಬಾರದು" ಎಂದರು. ಅದೇ ಶರ್ಯತ್ತಿನ ಮೇಲೆ ಆಗತಕ್ಕದೆಂದು ಮಂಜುನಾಥಯ್ಯನು ಹಟ ಹಿಡಿದರು. ಸರಿಯಾಯಿತು, ಅವರವರ ಹಟ ಅವರವರು ಹಿಡಿದರು. ದಿನ ನಿಶ್ಚಯವಾಗುವಂತಿಲ್ಲ. ಸೋಮಣ್ಣಯ್ಯ ನಂಟರ ಮನೆಗೆ ಬಂದವರು ನೀರು ಸಹ ಮುಟ್ಟದೆ 'ಹರಿ ಹರಿ' ಎಂದು ಮನೆಯ ಹಾದಿ ಹಿಡಿದರು.

ಎರಡು ವರುಷಗಳು ಸಂದುವು. ಇಕ್ಕಡೆಯವರೂ ಮಾತನಾಡಿಸಲಿಲ್ಲ. ಹುಡುಗನಿಗೆ ಬಿ.ಎ. ಯೂ ಆಯಿತು. ಸೋಮಣ್ಣನಿಯ್ಯಗೆ ತುಂಬಾ ಕಷ್ಟವೆನಿಸಿತು. ಊರ ಮಂದಿಯ ಅಪವಾದವನ್ನು ಕೇಳುವುದು ಕಷ್ಟವಾಯಿತು. "ಏನೋ ಇರಬೇಕು" ಎಂದು ಜನರು ಆಡಿಕೊಳ್ಳುತ್ತಿದ್ದರು. ಏನೋ ಇತ್ತೆಂಬುದು ನಿಜ. ಆದರೆ ಜನರು ತಿಳಿದ 'ಏನೂ'

ಇದ್ದಿರಲಿಲ್ಲ. ಇತ್ತ ತಾಯಿಯಿಲ್ಲದ ಹುಡುಗಿ ಕನಕಲತೆ. ಅವಳ ಅಜ್ಜಿಗೆ – ತಂದೆಯ ತಾಯಿಗೆ, ಮಗಳ ವಿಷಯವಾಗಿ ದುಃಖ ಬಲವಾಯಿತು. ಸೋಮಣ್ಣನ್ನು ಕರೆದು "ಮಗೂ ಛಲ ಮಾಡಬೇಡ, ಒಟ್ಟಾರೆ ಮಗುವಿನ ಸುಖ ಹಾಳು ಮಾಡಬಾರದೆಂ"ದರು. ಅಷ್ಟರಲ್ಲಿಯೇ ಮಂಜುಯಾಥಯ್ಯನವರು 'ಹುಡುಗನಿಗೆ ಎರಡನೇ ಲಗ್ನ ಮಾಡಿಸುತ್ತೇನೆ' ಎಂದು ಸುದ್ದಿ ಹುಟ್ಟಿಸಿದರು. ಸೋಮಣ್ಣಯ್ಯನಿಗೆ ಗಾಬರಿಯಾಯಿತು. 'ಹಣ ಕೊಡುತ್ತೇನೆ, ಅಂತೂ ರಾಜಿಯಾಗಲಿ' ಎಂದು.... ಅವರು ಬಾಗಿದ್ದು ನೋಡಿ ಮಂಜುನಾಥಯ್ಯನವರು – "ಹಾಗೆ ಬರಲಿ, ಈಗ ನೂರು ಕೊಟ್ಟರೆ ಸಾಲದು. ಸರಾಸರಿ ೪೦೦ನ್ನು ಇರಿಸಿದರೆ ಮಾತ್ರ ಋತು ಶಾಂತಿ! ಇಲ್ಲವಾದರೆ ನಮ್ಮ ಹುಡುಗನಿಗೆ ಕಳ್ಳನೂ ಹೆಣ್ಣು ಕೊಟ್ಟಾನು" – ಎಂದರು. ಆದರೆ ಅಷ್ಟು ವಿಪರೀತಕ್ಕೆ ಹೋಗಲು ಅವರ ಸ್ನೇಹಿತರು ಬಿಡಲಿಲ್ಲ. ವೆಂಕಟರಮಣನೂ ತನ್ನಿಂದಾದ ಪ್ರಯತ್ನವನ್ನು ಅಂತರಂಗದಲ್ಲಿ ಮಾಡುತ್ತಿದ್ದನು. ಅಂತೂ ನೂರು ರೂಪಾಯಿಯು ಬಂದಿತು. ಕನಕಲತೆಯು ವೆಂಕಟರಮಣನ ಸಂಸಾರದಲ್ಲಿ ರಾಣಿಯಾಗಿ ಬಂದಳು. ಇದು ಏಕಾದಶಿಯ ದಿನವಿರಬೇಕು. ಅದರ ಮೇಲೆ ಬಂದುದು ಅಮಾವಾಸ್ಯೆ. ಹುಡುಗಿ ಮನೆಗೆ ಬಂದು ಎರಡು ವರುಷವಾಯಿತು. ಸೋಮಣ್ಣಯ್ಯನು ಅಳಿಯನನ್ನೂ ಮಗಳನ್ನೂ ಕರೆಯಲು ಹತ್ತು ಬಾರಿ ಬಂದರು. ಆದರೆ, ರೂ. ೫೦೦ ಕೊಟ್ಟರೆ ಮಗಳನ್ನು ಮನೆಗೆ ಒಯ್ಯಬಹುದು" ಎಂದರು. ಹೆಚ್ಚೇನು–ಕನಕಲತೆಯ ಮೊದಲಿನ ಬಾಣಂತಿತನವು ಪತಿಯ ನಿಲಯದಲ್ಲೇ ಕಳೆಯಿತು. ಸೋಮಣ್ಣಯ್ಯನು "ಇನ್ನೇನು? ಕೊಟ್ಟ ಹೆಣ್ಣು ಕುಲದ ಹೊರಗೆ. ಎಷ್ಟು ಯೋಚಿಸಿದರೆ ಏನು ಫಲ?" ಎಂದರು. ಆದರೆ ಅವರಿಗೂ ಯೋಚಿಸುವ ಘಳಿಗೆ ಬಂದಿತು. ಒಂದು ದಿನ ಅವರ ತಾಯಿಯು ಮುಪ್ಪಿನಲ್ಲಿ ಹಾಸುಗೆ ಹಿಡಿದರು. ಅವರು ಬದುಕುವುದು ಕಠಿಣವೆಂದು ಎಲ್ಲರಿಗೂ ತೋರಿತು. ಮಗನನ್ನು ಕರೆದು "ಮಗೂ, ಏನಾದರೂ ಮಾಡಿ ಕನಕುವನ್ನು ಕರೆಯಿಸಲಾರೆಯಾ. ಮೊಮ್ಮಗಳ ಮಗುವನ್ನು ಕಂಡು ಸಾಯುತ್ತೇನೆ" ಅಂದಳು. ಸುಮ್ಮನೆ ಹೇಳಿ ಕಳುಹಿಸಿದರೆ ವ್ಯರ್ಥವೆಂದು ಅವರಿಗೆ ತಿಳಿದಿತ್ತು. ಇತ್ತ ಆಸೆ ಪೂರೈಸಲು ೫೦೦ ರೂಪಾಯಿಗಳನ್ನು ಕೊಡಲು ಸಾಧ್ಯವಿರಲಿಲ್ಲ. ಒಮ್ಮೆ ಆಸ್ತಿ ಮನೆ ಮಾರಿ ಕೊಟ್ಟರೂ, ತಿರುತಿರುಗಿ ಅದೇ ಹೇಳಿದರೆ ಅವನಿಂದ ಪೂರೈಸಲು ಸಾಧ್ಯವುಂಟೇ? ಸಾಲುದುದಕ್ಕೆ ಮದುವೆಯಾಗುವ ಹೆಣ್ಣು ಕೂಸುಗಳು ಇನ್ನೆರಡಿವೆ. ಆದರೆ ತಾಯಿಯ ಮಾತನ್ನು ನಿರಾಕರಿಸಲಾರದೆ ಉಪಾಯಾಂತರದಿಂದ ಬೀಗರ ಮನೆಗೆ ಜನ ಕಳುಹಿಸಿ ಮಗಳ ಕಿವಿಗೆ ಸುದ್ದಿ ಮುಟ್ಟಿಸಿದರು. ಆಗ ವೆಂಕಟರಮಣನು ಚಾಕರಿ ಹುಡುಕುವುದಕ್ಕೆಂದು ಮಂಗಳೂರಿಗೆ ಹೋಗಿದ್ದನು. ಇತ್ತ ಕನಕಲತೆಯು ತವರು ಮನೆಯನ್ನು ಕಾಣದೆ ಎರಡು ವರುಷವಾಗಿತ್ತು. ಅಜ್ಜಿಯನ್ನು ಕಾಣುವ ಆಸೆ ಅಷ್ಟಿಷ್ಟಿರಲಿಲ್ಲ. ಅದರಲ್ಲೂ ಅವಳು ಸಾಯುವ ಗಳಿಗೆಯಲ್ಲಿ ತಾನಿರಬೇಕೆಂದು ಅವಳು ಆಸೆ ಮಾಡುವುದರಲ್ಲಿ ಆಶ್ಚರ್ಯವೇನು?

ಮಾವಂದಿರ ಮುಂದೆ ಹೋಗಿ ನಿಂತಳು ಸುದ್ದಿಯನ್ನು ಕಣ್ಣೀರು ಕರೆದು ಹೇಳಿದಳು. ಅವರಿಗೆ, ತನಗೆ ಸುದ್ದಿ ತಿಳಿಸದೆ ಇವಳ ಕಿವಿಗೆ ಮುಟ್ಟಿಸಿದುದಕ್ಕೆ ಬಂದ ಕೋಪ ಅಷ್ಟಿಷ್ಟಲ್ಲ. ಅಲ್ಲದೆ ಸೊಸೆಯ ಆಗ್ರಹ ಬೇರೆ. ಪ್ರಾಣ ಹೋದರೂ ನೀನು ಹೋಗಬಾರದು ಎಂದರು. ಕನಕಲತೆಗೆ ದುಃಖ ತಡೆಯಲಿಕ್ಕಾಗಲಿಲ್ಲ. ಅಡುಗೆ ಮನೆಗೆ ಬಂದು ಹಣೆ ಹಣೆ ಬಡಿದುಕೊಂಡಳು. ದುರ್ದೈವಕ್ಕೆ ಗಂಡನು ಆ ದಿನವೇ ಮನೆಗೆ ಬಂದನು. "ಕೆಲಸವಾಯಿತು; ಮಂಗಳೂರಲ್ಲಿ ಇನ್ನು ಬಿಡಾರಮಾಡುವಾ" ಎಂದು ಹೇಳಿದನು. ಪ್ರತಿಯಾಗಿ ಇವಳು ತನ್ನ ಗೋಳನ್ನು ಅವನ ಮುಂದಿರಿಸಿದಳು. ಅವನಿಗೆ ಏನೆನ್ನುವುದಕ್ಕೂ ಧೈರ್ಯಬರಲಿಲ್ಲ..... "ಅಪ್ಪನೇನೆಂದನು" ಎಂದು ಕೇಳಿದನು. ಕನಕಲತೆಯು ಹೇಳಿದಳು. "ಹಾಗಾದರೆ ಹೇಗೆ ಹೋಗುವುದಕ್ಕಾದೀತು?" ಎಂದನು. ಕನಕಲತೆಯು ಕಾಲನ್ನು ಹಿಡಿದು ಬೇಡಿಕೊಂಡಳು. ಅದಕ್ಕೆ ಪತಿರಾಯನು "ನನ್ನೊಡನೆ ಕೇಳಬೇಡ" ಎಂದನು. ಕನಕಲತೆಯು ಮೌನವಾದಳು. ಆ ರಾತ್ರೆ ಸರಿದು ಮುಂಜಾನೆಯಾಗುವಾಗ ಕನಕಮ್ಮನು ತಾನೊಬ್ಬಳೇ ತವರು ಮನೆಯ ಬಾಗಿಲಿನಲ್ಲಿದ್ದಳು. ಆತುರದಿಂದ ಹೋಗಿ ಅಜ್ಜಿಯನ್ನು ಕಂಡಳು. ಒಂದೆರಡು ದಿನಗಳಲ್ಲಿ ಆ ಮುದುಕಿ ಸುಖ ಪ್ರಯಾಣವನ್ನು ಬೆಳೆಸಿದಳು. ಅನಂತರ ಕನಕಮ್ಮ ತಿರುಗಿ ಗಂಡನ ಮನೆಗೆ, ಬಂದಂತೆಯೇ ಒಬ್ಬಂಟಿಗಳಾಗಿ ನಡೆದಳು.

ಅವಳು ಮನೆಯ ಮುಂದಿನ ಅಂಗಣಕ್ಕೆ ಬರುವಾಗ ಮಾವಂದಿರು ನಿಂತಿದ್ದರು. ಪ್ರಳಯಕಾಲದ ರುದ್ರನು ನಿಂತಂತೆ! "ಎಲ್ಲಿಗೆ ಹೋಗಿದ್ದೀ" ಎಂದು ಕೇಳಿದರು. ಕನಕಲತೆ ನಡುಗುತ್ತ ಹೇಳಿದಳು. "ನನ್ನ ಮನೆಗೆ ಬರಕೂಡದು. ಇಂದು ಹೀಗೆ ಮಾಡಿದೆ. ನಾಳೆ ಕಂಡವರ ಒಟ್ಟಿಗೆ ಓಡಿ ಹೋಗಿ, ಬೇಸರವಾಗಲು ನಮ್ಮ ಮನೆಗೆ ಬಂದರೆ ನಿನ್ನನ್ನು ಸೇರಿಸಿಕೊಳ್ಳುತ್ತೇವೆಂದು ತಿಳಿದೆಯಾ?" ಎಂದು ಗದರಿಸಿದರು. ಕನಕಮ್ಮನು ಅತ್ತು ಕ್ಷಮೆ ಬೇಡಿದಳು. ಗದ್ದಲ ಕೇಳಿ ವೆಂಕಟರಮಣನು ಅಳುವ ಮಗುವನ್ನು ಹಿಡಿದುಕೊಂಡು ಅಲ್ಲಿಗೆ ಬಂದನು. "ಮಗನೇ! ನೋಡಿಕೋ. ಅವಳನ್ನು ಮನೆಯೊಳಕ್ಕೆ ಹೊಗ್ಗಿಸಿಕೊಂಡರೆ ನೀನು ನನ್ನ ಮಗನೇ ಅಲ್ಲ" ಎಂದು ಅವರ ಕೆಲಸಕ್ಕೆ ಅವರು ಹೋದರು. ಕನಕಲತೆಗೆ ದುಃಖವು ಉಕ್ಕಿ ಬಂದಿತು. ಅವಳನ್ನು ಕಂಡು ಮಗುವು ಮತ್ತಷ್ಟು ಅತ್ತಿತು. ಅವಳು ತನ್ನ ಶತಾಪರಾಧಗಳನ್ನು ಮನ್ನಿಸಬೇಕೆಂದು ಕಾಲ ಮೇಲೆ ಬಿದ್ದಳು. ಇನ್ನು ಮುಂದೆ ಹಾಗೆ ಮಾಡುವುದಿಲ್ಲೆಂದು ಆಣೆ ಮಾಡಿಕೊಂಡಳು. ಆದರೆ ಗಂಡನ ಕಲ್ಲೆದೆ ಕರಗಲಿಲ್ಲ. ಕರಗಿದರೆ ಅವನು ತಂದೆಯ ಮಗನಾಗುವುದು ಹೇಗೆ?

ಕನಕಮ್ಮನು ಅಲ್ಲೇ ಅಂಗಣದಲ್ಲಿ ಉರುಳಾಡುತ್ತ ಬಿದ್ದಳು. ಊಟವಿಲ್ಲ, ಅನ್ನವಿಲ್ಲ, ನೀರಿಲ್ಲ..... ಎರಡು ದಿನಗಳೇ ಸಂದುವು. ಅವಳೀಗ ದಣಿದು ದಣಿದು ತಾಸಿಗೆ ನಾಲ್ಕಾವೃತ್ತಿ ಮೂರ್ಛೆ ಹೋಗುತ್ತಿರುವಳು. ಆಕಸ್ಮಿಕವಾಗಿ ಎರಡನೆಯ ದಿನ ಊರಿನ ಪಟೇಲರು ಬಂದು ಈ ಅವಸ್ಥೆಯನ್ನು ಕಂಡರು. ಅವರು ಕನಿಕರಗೊಂಡರು. ಆದರೆ

ತಮ್ಮ ಸವಿನುಡಿಗಳು ಮಂಜುನಾಥಯ್ಯನವರಿಗೆ ನಾಟದೆಂದು ತಿಳಿದಿತ್ತು. ಆದುದರಿಂದ ಬೇರೆ ಉಪಾಯಗೈದರು – 'ಸ್ವಾಮಿ', ಎಂದು ಅವರನ್ನು ಕರೆದರು. ಪಠೇಲರ ಸ್ವರ ಕೇಳಿ ಅವರು ಹೊರಗೆ ಬಂದರು. "ಸ್ವಾಮಿ, ಈ ಹುಡುಗಿ ಹೀಗೆಯೇ ಸತ್ತರೆ ಯಾರು ಹೊಣೆ" ಎಂದರು. "ಯಾರ ಹತ್ತಿರ ಕೇಳುತ್ತೀರಿ" ಎಂದು ಮಂಜುನಾಥಯ್ಯನವರು ಹೇಳಿದರು. "ನಿಮ್ಮ ಹತ್ತಿರ. ನನಗೆ ತಿಳಿಯದು. ಅವಳೆಲ್ಲಾದರೂ ಪ್ರಾಣಬಿಡಬೇಕು. ನೀವು ಅನ್ನಹಾಕದೆ ಹೊಡೆದು ಕೊಂದಿರೆಂದು ರಿಪೋರ್ಟು ಮಾಡುತ್ತೇನೆ. ನನ್ನನ್ನು ದೂರಬೇಡಿರಿ" ಎಂದು ಹೇಳಿ ಹೊರಟೇ ಹೋದರು. ರಾಯರಿಗೆ ಚಳಿ ಹಿಡಿಯಿತು. ಒಳಗೆ ಹೋಗಿ ಮೃದುಮಾತಿನಿಂದ "ಸಾಯಲಿ, ಅವಳನ್ನು ಬರಹೇಳು" ಎಂದು ಮಗನಿಗೆ ಆಜ್ಞಾಪಿಸಿದರು. ಮಗನು ಬಂದು ಮೂರ್ಛೆ ತಾಳಿದ ಹೆಂಡತಿಯನ್ನು ಹೊತ್ತು ಒಯ್ಯಬೇಕಾಯಿತು. ಅವಳ ಆರೋಗ್ಯದ ಉಪಚಾರಗಳ ಗಡಿಬಿಡಿಯಲ್ಲಿ ತನ್ನ ಕೆಲಸಕ್ಕೆ ಹಾಜರಾಗಲು ಸಾಧ್ಯವಾಗಲಿಲ್ಲ. ಕೆಲಸವು ಕಳೆದುಹೋಯಿತು.

ತಿರುಗಿ ಒಂದೇ ವರುಷದಲ್ಲಿ ಕನಕಲತೆಯ ತಂದೆಯು ಕಾಯಿಲೆ ಬಿದ್ದನು. ಅದರಲ್ಲೇ ಮೃತಿಯನ್ನು ಹೊಂದಿದನು. ಛಲವಾದಿ ಮಗನಾಗಲಿ ತಂದೆಯಾಗಲಿ ಅವರ ಮನೆಗೆ ಹೋಗಲಿಲ್ಲ. ಕನಕಮ್ಮ ಹೋಗಲಿಕ್ಕಿಲ್ಲವೆಂದು ಹೇಳಬೇಡವಷ್ಟೆ. ಕನಕಮ್ಮನ ಒಡಲಲ್ಲಿ ಈ ಉರಿ ಇದ್ದೇ ಇತ್ತು. ಸಾಯುವಾಗಲೂ ಅವಳ ತಂದೆಯು "ಕೊಟ್ಟ ಹೆಣ್ಣು ಕುಲದ ಹೊರಗೆ" ಎಂದು ಅಂದೇ ಅನ್ನುತ್ತಿದ್ದನಂತೆ!

ಇನ್ನು ಒಂದೆರಡು ವರುಷಗಳಲ್ಲಿ ತಂದೆಮಕ್ಕಳಲ್ಲಿ ಮನಃಕ್ಲೇಶ ತೊಡಗಿತು. ವೆಂಕಟ್ರಮಣನ ತಮ್ಮಂದಿರು ದೊಡ್ಡವರಾದರು. ಇತ್ತ ವೆಂಕಟರಮಣನು ತಾನಾಗಿ ಆ ಮನೆಯಲ್ಲಿರಲು ಸಾಧ್ಯವಿಲ್ಲ. ತಾನು ಬೇರೆ ಚಾಕರಿಯಲ್ಲಿರುವೆ. 'ನನ್ನ ಹಿಸೆ ಕೊಡಿರಿ' ಎಂದು ಬೇಡಿದನು. ಮಂಜುನಾಥಯ್ಯನು ಉಪಾಯಕಾಣದೆ ಅವನ ಹಿಸೆಯನ್ನು ವಿಂಗಡಿಸಿ ಕೊಟ್ಟರು. ಪಾಲಾಯಿತು; ವೆಂಕಟ್ರಮಣನು ಹೆಂಡತಿ, ಮೂರು ಮಂದಿ ಮಕ್ಕಳೊಂದಿಗೆ ಮನೆಯ ಹೊರಗೆ ಬರುವ ನಿಶ್ಚಯ ಮಾಡಿದನು. ಆ ಗಳಿಗೆಗೆ ಸರಿಯಾಗಿ ಕನಕಮ್ಮನನ್ನು ಅವನು ಮಾತಾಡಿಸಿದನು. ಆಗ ಅವಳು ತನ್ನ ನಂಜನ್ನು ತೀರಿಸಿಕೊಳ್ಳುವ ಸಮಯವು ಇದೇ ಎಂದು ತಿಳಿದಳು "ನಾನು ನಿಮ್ಮೊಂದಿಗೆ ಬರುವುದಿಲ್ಲ. ನೀವೇನೇ ಮಾಡಿರಿ. ನಾಳೆ ನೀವು ಇನ್ನೊಬ್ಬರ ಮಾತು ಕೇಳಿ ನನ್ನನ್ನು ಓಡಿಸಿದರೆ" ಎಂದಳು. "ಇನ್ನೊಬ್ಬರ ಮಾತು ಕೇಳುವುದೆಂದರೆ?" ಎಂದನು ಅವನು. "ತಂದೆಯ ಮಾತನ್ನು ಕೇಳಿ ನನ್ನ ಜೀವನವನ್ನು ಹಾಳು ಮಾಡಿದಂತೆ!" ಎಂದಳು. "ಏನು ಬೇಕೋ ಅದನ್ನು ಮಾಡು" ಎಂದು ಸಿಟ್ಟಾಗಿ ಅವನು ನುಡಿದನು. "ಅದನ್ನೇ ಮಾಡುತ್ತೇನೆ. ಕೊಟ್ಟ ಹೆಣ್ಣು ಕುಲಕ್ಕೆ ಹೋಗುತ್ತದೆ. ಈಗ ದೇವರ ದಯೆಯಿಂದ ಗಂಜೀ ನೀರನ್ನು ಕುಡಿಯುವಷ್ಟು

ಆಸ್ತಿಯನ್ನು ನಮ್ಮಪ್ಪನು ಸಾಯುವಾಗ ಬಿಟ್ಟು ಹೋಗಿದ್ದಾನೆ. ಅದೂ ನನ್ನ ಹೆಸರಿನಲ್ಲೇ" ಎಂದಳು.

ಅದೇ ದಿನ ಅವಳೂ ಹೊರಟಳು. ತನ್ನ ಮಕ್ಕಳನ್ನು ಕರೆದುಕೊಂಡು ತವರುಮನೆಗೆ ಹೋದಳು. ಅಲ್ಲಿ ಅವಳ ತಂದೆಯ ತಂಗಿಯೊಬ್ಬಳೇ ಇವಳನ್ನು ಸ್ವಾಗತಮಾಡಿದಳು. ಇಲ್ಲಿ ಈ ವಿಚಿತ್ರ ನಡೆಯುವಾಗ ಮಂಜುನಾಥಯ್ಯನು ಮನೆಯಲ್ಲಿಲ್ಲ. ಅವನು ಬರುವಾಗ ವೆಂಕಟ್ರಮಣನು ಪಿಳಿಪಳಿ ನೋಡುತ್ತಿದ್ದನು. ಸಂಗತಿ ರಾಯರಿಗೂ ತಿಳಿಯಿತು. "ಹಾಗಾಗಬೇಕು ಮಗನೇ" ಎಂದು ಅವರೂ ಆಶೀರ್ವದಿಸಿದರು.

ಕೊಟ್ಟ ಹೆಣ್ಣಂತೂ ಕುಲಕ್ಕೇ ಹೋಯಿತು. ಇನ್ನು ಪಡೆದ ಗಂಡು ಎಲ್ಲಿಗೆ ಹೋಗುವುದೋ ತಿಳಿಯದು.

■

"ಮುಂಡೇ ಕೂಳಿಗೆ ಮುನ್ನೂರು ವಿಘ್ನ"

ಮುಂಡೆಯೆಂಬ ಹೆಸರನ್ನು ಮೊದಲಿನ ಬಾರಿಗೆ ತೆಗೆದ ಬಾಯಿಯು ಅದೆಂತಹ ವಿಚಿತ್ರದ ಬಾಯಿಯೋ! ಶಬ್ದವನ್ನು ಬಿಡಿಸಿ ಅರ್ಥ ಮಾಡಹೋದರೆ ಅರ್ಥವೇ ಇಲ್ಲ. ಆ ಶಬ್ದದ ಹುಟ್ಟು ನೆಲೆಗಳ ಅರಿವು ಹೇಗಿದೆಯೋ. ಆದರೆ ಶಬ್ದವನ್ನು ಕೇಳಿದರೆ ಮಾತ್ರ ಹೆಂಗುಸರಿಗೆ – ಶೂಲದಂತೆ ವೇದನೆಯಾಗುತ್ತದೆ. ಯಾರ ಸಲುವಾಗಿ ಅದನ್ನು ನಿರ್ಮಿಸಿದರೋ ಅವರ ಮುಂದೆ 'ವಿಧವೆ'ಯೆಂದು ಕರೆದರೆ ಅವರಿಗೆಷ್ಟು ವ್ಯಥೆಯಾಗುವುದಿಲ್ಲ. ಆದರೆ ಅದೇ ಅರ್ಥಸೂಚಕವಾದ ಈ ಶಬ್ದವನ್ನು ಹೇಳಿದರೆ ಮಾತ್ರ – ಅತಿ ಹೆಚ್ಚಿನ ವ್ಯಥೆಯಾಗುವುದು. ಪ್ರಾಯಶಃ ವಿಧವೆಯ ಬಾಳಿಗಿಂತಲೂ ಮುಂಡೆಯ ಬಾಳ್ವೆ ತೀರ ದಾರುಣವಿರಬೇಕು. ಅದಕ್ಕೆ "ಮುಂಡೇ ಕೂಳಿಗೆ ಮುನ್ನೂರು ವಿಘ್ನ"ವೆಂಬುದು. ಅಂಥ ಜೀವನವನ್ನು ನಾವೇಕೆ ಬಿಡಿಸಿ ನೋಡಬಾರದು?

ನಾಗಮ್ಮನನ್ನು ಕೊಟ್ಟದ್ದು ಶ್ರೀಮಂತರ ಮನೆಗೆ. ಅವಳು ಆ ಮನೆಯ ಹಿರಿ ಸೊಸೆಯಾಗಿದ್ದಳು. ಮಂಜೇಶ್ವರದ ಮಾಧವ ಭಟ್ಟರ ಮನೆಯ ಹೆಸರನ್ನು ಕೇಳದವರಿಲ್ಲ. ಭಟ್ಟರ ಸಂಪತ್ತು ಆಸ್ತಿ, ಮನೆ, ಮಠ, ನಗದೆಂದು ಎರಡು ಮೂರು ಲಕ್ಷಗಳಿಗೊಂದು ಕಡಿಮೆಯದಲ್ಲ. ಊರವರು ಅನ್ನುತ್ತಾರೆ–ಈಗೀಗ ಅವರಿಗೆ ಸಿಗುವ ಬಡ್ಡಿ ಹಣವೇ ೪೦–೫೦ ಸಾವಿರವಾಗುತ್ತದೆ ಎಂದು. ಹೀಗಿರಲು, ಅವರ ಸಂಪತ್ತು ೮–೧೦ ಲಕ್ಷದ ವರೆಗೂ ಕಡಿಮೆ ಕಡಿಮೆ ಮುಟ್ಟಬಹುದೆಂದು ಊಹೆ. ಆದರೆ ಸ್ವತಃ ಭಟ್ಟರನ್ನು ಕಂಡರೆ – ಭಟ್ಟರಂತೆಯೇ ಇದ್ದರು. ಅಂದರೆ, ದೇವಾಲಯದ ಪೂಜೆಯ ನೆನೆ ಅಕ್ಕಿಯಿಂದಲೇ ಜೀವಹರಣ ಮಾಡುವ ಪೂಜಾರಿಯಂತಿದ್ದರು. ಉಡುವ ಪಂಚೆ ಮೊಣಕಾಲಿನಿಂದ

ಕೆಳಕ್ಕಿಳಿಯುತ್ತಿರಲಿಲ್ಲ. ಮೈಯ ಧೋತರ ಬ್ರಹ್ಮನು ಕೊಟ್ಟದ್ದನ್ನು ಬಿಟ್ಟು ಬೇರೆ ಇರುತ್ತಿರಲಿಲ್ಲ. ಇನ್ನು ಅಂಥ ಮಹತ್ವದ ಕೆಲಸವಿದ್ದು ಮಂಗಳೂರಿಗೆ ತಿರುಗಾಡಲು ಹೋಗಬೇಕಾದರೆ ಒಂದು ರುಮಾಲೆಯನ್ನು ತಲೆಗೆ ಸುತ್ತಿ ಹೊರಟರೇ. ಆ ಕಾಲದಿಂದಲೂ ಅವರು ಗಾಡಿ ಮಾಡಿ ಹೋಗುತ್ತಿದ್ದವರಲ್ಲ. ಈಗ ಅಲ್ಲಿಂದಿಲ್ಲಿಗೆ ರೈಲು ಬಂಡಿ ಇರುವುದಾದರೂ ಅವರ ಪದ್ಧತಿ ಬದಲಾಗಲಿಲ್ಲ.

ಮಾಧವ ಭಟ್ಟರಿಗೆ ದೇವರ ದಯೆಯಿಂದ ಮೂವರು ಗಂಡು ಮಕ್ಕಳಿದ್ದರು. ಎಲ್ಲರೂ ತಾರುಣ್ಯವನ್ನು ಕಳೆದು ಯೌವನಕ್ಕೆ ಕಾಲಿರಿಸಿದವರೆನ್ನಬಹುದು. ಹಿರೇ ಹುಡುಗನ ಹೆಸರು ನಾರಾಯಣನೆಂದು. ಕಿರಿಯವರಿಬ್ಬರು – ರಾಮಕೃಷ್ಣ, ಅಚ್ಚುತರೆಂದು. ಮೂವರಿಗೂ ಲಗ್ನವಾಗಿತ್ತು. ಹಿರಿಯನ ಹೆಂಡತಿಯೇ ನಾಗಮ್ಮ. ನಾಗಮ್ಮನು ಮಾವನ ಮನೆಗೆ ಬಂದಾಗ ಅವಳಿಗೆ ಅಲ್ಲಿನ ಠೀವಿಗಳು ಅಷ್ಟು ಒಗ್ಗಲಿಲ್ಲ. ದೊಡ್ಡವರ ಮನೆಯಾದರೂ ಎಲ್ಲವೂ ಬೀಗ ಮುದ್ರೆಯ ಒಳಗೇ ಇರುತ್ತಿತ್ತು. ಒಂದು ಹಪ್ಪಳವನ್ನು ತಿನ್ನುವ ಮನಸ್ಸಾದರೂ ಬೀಗದ ಕೈಯನ್ನು ಹುಡುಕಬೇಕಾಗುತ್ತಿತ್ತು. ಬೀಗದ ಕೈ ಇರುವುದು ಯಜಮಾನರ ಕೈಯಲ್ಲಿ. ಅದರೆ ಸುದೈವದಿಂದಲೋ, ದುರ್ದೈವದಿಂದಲೋ– ಅವರ ಮುಪ್ಪಿನಲ್ಲಿ ದೃಷ್ಟಿ ತೀರ ಮಂದವಾಗುತ್ತ ಬಂದಿತು. ಹಾಗೆಯೇ ಶರೀರದಾರ್ಢ್ಯತೆಯು ಕಡಿಮೆಯಾಗುತ್ತ ಬಂದು, ಅಷ್ಟೊಂದು ದೊಡ್ಡ ವಹಿವಾಟನ್ನು ನಡೆಯಿಸಿಕೊಂಡು ಬರುವುದು ಅವರಿಗೆ ಅಸಾಧ್ಯವಾಗಿ ಬಂದಿತು. ಹೀಗಾಗಿ ಅವರು ಯಜಮಾನಿಕೆಯನ್ನು ನಾರಾಯಣನಿಗೊಪ್ಪಿಸಿದರು. ನಾರಾಯಣನು ತಂದೆಯ ಧೋರಣೆಯನ್ನು ತೀರ ಬಿಟ್ಟು ಹೋಗಿರಲಿಲ್ಲ. ಹೊರಗಿನವರೊಡನೆ ವಹಿವಾಟು ಮಾಡುವಾಗ, ತಂದೆ ಮಕ್ಕಳಲ್ಲಿ ಅಂತರವಿರುತ್ತಿರಲಿಲ್ಲ. ಆದರೆ ಮನೆಯ ಸ್ಥಿತಿ ಮಾತ್ರ ಸುಧಾರಿಸಿತು. ಹಳೆಯ ಮನೆಯನ್ನು ದುರಸ್ತಿ ಮಾಡತೊಡಗಿದನು. ಹೆಂಡತಿ, ಬಂಧುಗಳನ್ನು ಆದರ ಮಾಡತೊಡಗಿದನು. ಉಂಡುಡುವ ವಿಚಾರಗಳಲ್ಲಿ ಯಾವ ಕೃಪಣತನವನ್ನೂ ತೋರಿಸಲಿಲ್ಲ. ಹೀಗಾಗಿ ನಾಗಮ್ಮನ ಮೈ ಮೇಲೆ ಆಭರಣಗಳು ಒಂದೊಂದಾಗಿ ಬರತೊಡಗಿದವು. ಉಡಲು ಬೆಡಗಿನ ಸೀರೆಗಳು ಬಂದವು. ಪತಿಯ ಜತೆಯಲ್ಲಿ ಸಂಸಾರವನ್ನು ಚೆನ್ನಾಗಿ ಸಾಗಿಸಿಕೊಂಡು ಹೋದಳು. ಆದರೆ ಸಂಸಾರಚಕ್ರವಲ್ಲವೆ ಅದು. ಒಂದೇ ತೆರನಾಗಿ ನಡೆಯುವುದಿಲ್ಲ ; ಒಂದು ದಿನ ಅವಳ ಪತಿಯು ಮಂಜೇಶ್ವರದಿಂದ ಮೋಟಾರು ಏರಿ ವಿಟ್ಲಕ್ಕೆ ಪಯಣ ಬೆಳೆಯಿಸಿದ್ದನು. ಬರುವಾಗ ದರಿದ್ರ ಮೋಟಾರು ಮಗುಚಿ ಬಿದ್ದಿತು. ಹಲವರಿಗೆ ಜಖಂ ಆಯಿತು. ಆದರೆ ನಾರಾಯಣನನ್ನು ಬಲಿಯಾಗಿಯೇ ಕೊಂಡುಹೋಯಿತು. ಸುದ್ದಿಯು ಮಂಜೇಶ್ವರಕ್ಕೆ ಮುಟ್ಟಲು ನಾಗಮ್ಮನು ಎದೆ ಎದೆ ಬಡಿದುಕೊಂಡಳು. ಅವಳ ತಂದೆ, ಮನೆಯವರು ಬಂದರು. ತಂದೆ, ಇಬ್ಬರು ಅಣ್ಣಂದಿರು ಮಗಳ ಸಂತಾಪದಲ್ಲಿ ಭಾಗಿಯಾದರು. ಇತ್ತ ವೃದ್ಧ ಮಾಧವ ಭಟ್ಟರು ಸೊಸೆಯನ್ನು ಸಮಾಧಾನ ಪಡಿಸಿದರು – "ದೇವರು

ಕೊಂಡುಹೋಗುವಾಗ ಯಾರೇನು ಮಾಡಲು ಬರುತ್ತದೆ?" ಎಂದರು. ಮಾವನವರಿಗೆ ತನ್ನ ಪತ್ನಿಯ ಮೇಲೆ ಅತ್ಯಧಿಕ ಪ್ರೇಮವಿತ್ತು. ಅಂಥವರೇ ಹೊಟ್ಟೆ ಮಗುವಿನ ದುಃಖವನ್ನು ನುಂಗಿಕೊಂಡಿರಲು ತಾನು ಮಾತ್ರ 'ಗೋಳೋ' ಎಂದು ಅಳುವುದರಲ್ಲಿ ಅರ್ಥವಿಲ್ಲೆಂದು ತಿಳಿದಳು.

ಸೂತಕದ ದಿವಸಗಳು ಕಳೆದವು. ಅವಳ ತಂದೆಯು ಮಗಳನ್ನು 'ಮನೆಗೆ ಬಾ' ಎಂದು ಬೇಡಿಕೊಂಡನು. ಇತ್ತ ಮಾವನ ಮನೆಯವರು "ಹೋಗುವುದರಲ್ಲಿ ಆಕ್ಷೇಪವಿಲ್ಲ, ಆದರೆ ಮಗನು ಸತ್ತೊಡನೆಯೇ ಸೊಸೆಯನ್ನು ಓಡಿಸಿದರೆಂಬ ಅಪವಾದ ಬರಬಾರದು"– ಎಂದರು, ಮಾಧವ ಭಟ್ಟರು "ನಾಗಮ್ಮ, ನಮ್ಮ ಮನೆಯಲ್ಲೇ ಇರು. ಬೇಕಾದಾಗ ತವರುಮನೆಗೆ ಹೋಗಿಬರಲು ನಾವಲ್ಲವೆನ್ನುವೆವೇ? ನಿನ್ನನ್ನು ಹೊಟ್ಟೆಯ ಮಗುವಿನಂತೆ ಕಾಣುತ್ತೇವೆ" ಎಂದು ನಾಲ್ಕು ಕರುಣೆಯ ಮಾತುಗಳನ್ನಾಡಿದರು. ಮಾವಂದಿರ ಪ್ರೀತಿಯನ್ನು ಮೀರುವಷ್ಟು ಸಾಹಸವು ಅವಳಿಗೆ ಆಗಲಿಲ್ಲ. ತವರುಮನೆಗೆ ಹೋಗುವುದಾದರೂ ಈಗಲೇ ಬೇಡವೆಂದು ನಿರ್ಧರಿಸಿದಳು. ಇತ್ತ ನಾಗಮ್ಮನ ತಂದೆಯೂ ಬಲವಂತ ಪಡಿಸಲಿಲ್ಲ. ಕೇವಲ ಒಂದೆರಡು ಚಿಲ್ಲರೆ ವಿಷಯಗಳನ್ನು ಬಿಟ್ಟರೆ, ಮಾಧವ ಭಟ್ಟರು ಕಣ್ಮುಚ್ಚುವ ವರೆಗೆ ಏನೊಂದು ಕಠಿಣ ಪ್ರಸಂಗಗಳೂ ನಾಗಮ್ಮನ ಪಾಲಿಗೆ ಬರಲಿಲ್ಲವೆಂದು ಸಂತೋಷದಿಂದ ಹೇಳಬಹುದು.

ಆ ಒಂದೆರಡು ಪ್ರಸಂಗಗಳಾದರೂ ಏನೆಂದು ನೀವು ಕೇಳಬಹುದು. ಅದಕ್ಕೂ ಮೊದಲು ನೀವು ಅವಳಾರೆಂಬುದನ್ನು ತಿಳಿಯತಕ್ಕದ್ದು. ಅವಳು ವಿಧವೆ. ಅವಳ ಅಂತರಂಗಕ್ಕೆ ಭಾಗಿಯಾದ ಪತಿಯೂ ಇಲ್ಲ; ಅವನ ಪ್ರೇಮದ ಪ್ರಸಾದವಾದ ಸಂತತಿಯೂ ಇಲ್ಲ. ಏನೇ ದುಃಖವಾದರೂ ತನ್ನ ಒಡಲಲ್ಲೇ ಇಲ್ಲವೇ ದೇವರ ಮುಂದೆಯೋ ಅಳಬೇಕಾದ ಗತಿಹೀನಳು.

ಈಗ ಮನೆಯ ಯಜಮಾನಿಕೆಯು ರಾಮಕೃಷ್ಣನ ಕೈಯಲ್ಲಿ ಬಂದಿತು. ಅವನು ಯಾವತ್ತು ಸಂಸಾರದ ಲಾಲನೆಗೆ ಅಧಿಕಾರಿಯಾದನು. ಅವನನ್ನು ಕರೆದು ಎಷ್ಟೋ ಬಾರಿ ವೃದ್ಧ ತಂದೆಯವರು "ರಾಮಕೃಷ್ಣ, ನಾಗಮ್ಮನ ಕಣ್ಣೀರು ಕರೆಯಿಸುವ ಯಾವ ಕೆಲಸವನ್ನಾದರೂ ಮಾಡಬೇಡ. ಪಾಪ! ಗತಿಯಿಲ್ಲದ ಕೂಸದು" ಎಂದಿದ್ದರು. ಆದುದರಿಂದ ಅವನು ಅವಳನ್ನು ತಕ್ಕ ಮಟ್ಟಿಗೆ ಗೌರವದಿಂದಲೇ ಕಾಣುತ್ತಿದ್ದನು. ಅವನ ಹೆಂಡತಿಗೆ ಮೊದಲಿನಿಂದ ನಾಗಮ್ಮನ ಮೇಲೆ ಪ್ರೇಮವಿದ್ದಿತು. ಇತ್ತ ಅಚ್ಚುತನಿಗೆ ಮದುವೆಯಾಗಿರಲಿಲ್ಲ. ಒಂದು ರಾತ್ರೆ ಹಿರೇ ಯಜಮಾನರು ರಾಮಕೃಷ್ಣನನ್ನು ಕರೆದು ಪುತ್ತೂರಿಗೆ ಹೋಗಿ ಬರಲು ಹೇಳಿದರು. ಪುತ್ತೂರಿನಲ್ಲಿ ಅಚ್ಚುತನಿಗಾಗಿ ಒಂದು ನಂಟಸ್ತಿಕೆ ನಿಶ್ಚಯಿಸಲು ಏರ್ಪಾಡಾಗಿತ್ತು. ಆದರೆ ವಚನ ಕೊಡುವ ಮೊದಲು 'ರಾಮಕೃಷ್ಣನು ಹೋಗಿ ನೋಡಿ ಬರಲಿ' ಎಂದು ಹೇಳಿದರು. ಮರುದಿನವೇ, ಬೆಳಿಗ್ಗೆ ಎದ್ದು ರಾಮಕೃಷ್ಣನು ಮನೆಯನ್ನು

ಬಿಟ್ಟು ಹೊರಟನು. ಮನೆ ಮುಂದಿನ ಹಿತ್ತಿಲಿಗೆ ಕಾಲಿಟ್ಟೊಡನೆಯೇ ನಾಗಮ್ಮನ ದರ್ಶನವಾಯಿತು. ಅಲ್ಲೇ ರಾಮಕೃಷ್ಣನಿಗೆ ಕೋಪ ಬಂದಿತು. "ಹೂಂ ನಿನ್ನಾಟವೇ" ಎಂದು ನಿಟ್ಟುಸಿರು ಬಿಟ್ಟನು. ತಂದೆಯ ಆಜ್ಞೆಯಲ್ಲದಿದ್ದರೆ ಚೆನ್ನಾಗಿ ಬಯ್ಯುತ್ತಿದ್ದನೋ ಏನೋ! ಅಂತು, ಈಗ ಉಪಾಯ ಕಾಣಲಿಲ್ಲ. ಆದ ಶಕುನವನ್ನು ನಿವಾರಿಸಲು ತಿರುಗಿ ಮನೆಯ ಜಗುಲಿಯನ್ನು ಮೆಟ್ಟಿ ಮುಂದರಿದನು. ಹೊರಟವನು ಹಿಂದಿರುಗಿ ಬಂದುದು ಮತ್ತೊಂದು ಅಪಶಕುನವಾಯಿತು ಎಂದು ಅವನಿಗೆ ತಿಳಿದಿರಲಿಲ್ಲವೋ ಏನೋ! ಅಂತೂ ಪುತ್ತೂರಿಗೆ ಹೋದನು. ಇವನು ಹೋಗುವಾಗ ಆ ಹುಡುಗಿಯ ಮನೆಯವರು ತಮ್ಮ ಕನ್ಯೆಗೆ ಬೇರೆ ವರನನ್ನು ನಿಶ್ಚಯಿಸಿ ಆಗಿತ್ತು. ತನ್ನ ಯಾವತ್ತು ಸಿಟ್ಟನ್ನೂ ನಾಗಮ್ಮನ ಮೇಲೆ ಕಾರುತ್ತ ಮನೆಗೆ ಬಂದನು. ತಂದೆಯ ಮುಂದೆ –"ಹೋಗುವಾಗಲೇ ತಿಳಿದಿತ್ತು" ಎಂದು ಹೇಳಿದನು. ಆ ಮಾತುಗಳು ಅಲ್ಲೇ ಮಗ್ಗುಲಲ್ಲಿ ಹಾದು ಹೋದ ನಾಗಮ್ಮನಿಗೂ ಕೇಳಿಸಿತು. ಅವಳು ತಾನೊಬ್ಬಳೇ ತನ್ನ ಕೊಠಡಿಗೆ ಹೋಗಿ ಅಳುತ್ತ ಕುಳಿತಳು.

ಕೆಲವು ದಿನಗಳಲ್ಲಿ ಅಚ್ಚುತನಿಗೆ ಬೇರೊಂದು ನಂಟಸ್ತಿಕೆಯಾಯಿತು. ಲಗ್ನವು ಸಹ ಭಾರೀ ಸಂಭ್ರಮದಿಂದ ನೆರವೇರಿತು. ದಿಬ್ಬಣಿಗರು ತಿರುಗಿ ಎಂದು ಮನೆಗೆ ಹಿಂದಿರುಗುವುದೆಂದು ನಿಶ್ಚಯವಾಗಿರಲಿಲ್ಲ. ನಾಗಮ್ಮನು ಬೇಸರದಿಂದ ಮನೆಯನ್ನು ಬಿಟ್ಟೇ ಇರಲಿಲ್ಲ. ಆದರೂ ನಿತ್ಯವೂ "ಎಂದು ಬರುವರು" ಎಂಬ ಹಾರೈಕೆಯಲ್ಲಿದ್ದರು. ಅವಳಿಗೆ ಬೇಸರವಾಯಿತೆಂದರೆ, ಮನೆಯ ಮುಂದಿನ ಹಿತ್ತಲಿನಲ್ಲಿನ ಒಂದು ಕಲ್ಲು ತುಂಡಿನ ಮೇಲೆ ಕುಳಿತು ಏನೇನೋ ಹಾಡನ್ನು ಹೇಳುತ್ತಿದ್ದಳು. ಹೇಳುತ್ತಿರುವುದು ಅವಳ ರೂಢಿ. ಈ ಸಮಯ ಅವಳು ಹಾಗೆಯೇ ಹಾಡನ್ನು ಹೇಳುತ್ತಿದ್ದಳು. ಅದೇ ಸಮಯಕ್ಕೆ ಸರಿಯಾಗಿ ದಿಬ್ಬಣಿಗರು ಕಾಣಿಸಿಕೊಂಡರು. ಆತುರದಿಂದೆದ್ದು ಮುಂದೆ ಬಂದಳು. ಅವರಿಗೆ ಬೇರೆಯವರು ಎದುರಾಗುವ ಮೊದಲು ನಾಗಮ್ಮನ ದರುಶನವಾಯಿತು. ಅಂದರೆ ಮು–ಯ ದರುಶನವಾಯಿತು. ಮನೆಗೆ ಕಾಲಿರಿಸಿದ ಒಡನೆಯೇ ರಾಮಕೃಷ್ಣನು ನಾಗಮ್ಮನ ಬಳಿಗೆ ಬಂದು "ನಿನ್ನ ಅಮಂಗಳದ ಮೋರೆಯನ್ನು ಕಂಡ ಕಂಡಲ್ಲಿ ತೋರಿಸುವ ನಿಶ್ಚಯ ಮಾಡಿದ್ದೀಯಾ?" – ಎಂದುಬಿಟ್ಟನು. ಸರಿ–ಅವಳಿಗೂ ಏಕೀ ಮಾತು ಹೊರಟಿತೆಂದು ತಿಳಿಯಿತು. ತಿರುಗಿ ರಾತ್ರಿಯೆಲ್ಲ ಅಳುತ್ತ ಕುಳಿತಳು. ಮರುದಿನ ನಂಟರಿಷ್ಟರನ್ನು ಕರೆದು ನವದಂಪತಿಗಳಿಗೆ ಆರತಿ ಅಕ್ಷತೆಗಳೆಂದು ನಿಶ್ಚಯಿಸಿದ್ದರು. ನಾಗಮ್ಮನು ಹೊರಕ್ಕೆ ಮುಖವನ್ನು ತೋರಿಸುವುದು ಸಹ ಇಲ್ಲವೆಂದು ನಿಶ್ಚಯಿಸಿದಳು. ಆ ದಿನ ಅವಳು ಹಟ ಹಿಡಿದು ತನ್ನ ಕೊಠಡಿಯಿಂದ ಹೊರಗೆ ಬರಲಿಲ್ಲ. ಆದರೆ ಹೊರಗಾಗುವ ಸದ್ದು ಇವಳ ಕಿವಿಗಳಿಗೆ ಕೇಳಿಸುತ್ತಿತ್ತು. ಆ ಶುಭ ದಿನ ಬರಲು ಮುತ್ತೈದೆಯರೆಲ್ಲರೂ ಸೇರಿ ಹಸೆಗೆ ಕರೆಯುವ ಹಾಡನ್ನು ಹಾಡಿದರು. ತನ್ನ ಕೊಠಡಿಯಲ್ಲಿ ಕುಳಿತ ನಾಗಮ್ಮನು, ಮೈಮರೆತು ಅದೇ ಹಾಡನ್ನು ಗಟ್ಟಿಯಾಗಿ ಹಾಡುತ್ತಿದ್ದಳು. ನಾಗಮ್ಮನ

ಸ್ವರವು ತೀರ ಮೃದುವಾಗಿತ್ತು. ಹೊರಗಿನಿಂದ ಕೇಳುವವರಿಗೆ ಹಕ್ಕಿಯ ಗಾನದಂತೆ ಕೇಳಿಸಿತು. ಆ ಸ್ವರವು ಮನೆಯ ಚಿಕ್ಕ ಯಜಮಾನನನ್ನು ಆಕರ್ಷಿಸಿತು. ಅವನು ಬಂದು ಆಲಿಸುತ್ತಾನೆ. ಯಾರ ಸ್ವರ? ವಿಧವೆಯ ಕಂಠಸ್ವರ! ಉಕ್ಕಿ ಬಂದಿತು ಕೋಪ! ನೇರವಾಗಿ ಅವಳಿರುವ ಕೋಣೆಗೆ ಸಾಗಿದನು! ಆಗಲೂ ನಾಗಮ್ಮನು ಹಾಡುತ್ತಿದ್ದಳು. ಅವಳ ಹಾಡು ಒಮ್ಮೆಗೇ ನಿಂತಿತು. "ಸಾಕು ಮಾಡೇ! ಶುಭ ದಿನದಲ್ಲಾದರೂ ನಿನ್ನ ಗಂಟಲಿಗೆ ಕೀಲಿ ಬೀಳಬಾರದೇ? ನಮ್ಮ ಮನೆಯನ್ನು ಹಾಳುಕೆಡೆಯಬೇಕೆಂದು ನಿಶ್ಚಯಿಸಿದ್ದೀಯಾ?" ಎಂದನು. ಆಗ ನಾಗಮ್ಮನೇನು ಮಾಡಿರಬಹುದೆಂದು ನೀವೇ ಊಹಿಸಬಲ್ಲಿರಿ.

ಸರಿ; ಇದಾದ ಒಂದೆರಡು ತಿಂಗಳಲ್ಲಿ ನಾಗಮ್ಮನ ಮಾವಂದಿರು ಇಹಯಾತ್ರೆಯನ್ನು ಮುಗಿಸಿದರು. ಇದು ಅವಳ ಹಾಡಿನ ಮಹಾತ್ಮೆಯೆಂದು ರಾಮಕೃಷ್ಣನು ಕಂಠೋಕ್ತ ಹೇಳಿದನು. ಅವನಿಗೆ ಒಮ್ಮೆ ಈ ಅಪಸ್ಮಾರವನ್ನು ಮನೆಯಿಂದ ಹೊರಗೆ ಅಟ್ಟಿದರೆ ಸಾಕೆಂದು ತೋರಿತು. ತಮ್ಮನನ್ನು ಕರೆದು ಯೋಚಿಸಿದನು. ಈಗಂತೂ ತಂದೆಯವರಿಲ್ಲ. ತಾವು ಮಾಡಿದ್ದು ನಡೆಯುತ್ತದೆ ಎಂದು ಅವರಿಗೆ ತಿಳಿದೇ ಇದೆ. ಆದರೆ ತಮ್ಮನ ಸೂಕ್ಷ್ಮ ಬುದ್ಧಿಗೆ ಅದು ಒಪ್ಪಲಿಲ್ಲ. "ಹೊರಗೆ ಹಾಕುವುದು ಚಿಲ್ಲರೆ ಕೆಲಸ. ಆದರೆ ಅವಳ ತಂದೆ ನಾಳೆಗೇನೆ ಅಶನಾರ್ಥಕ್ಕೆ ವ್ಯಾಜ್ಯ ಮಾಡಿದರೆ ಎಷ್ಟು ಕೊಡಬೇಕು ಬಲ್ಲೆಯಾ? ಅದರ ಬದಲು ಇಲ್ಲೇ ಬಿದ್ದು ತಿಂದಿರಲಿ" ಎಂದನು. ಅಣ್ಣನಿಗೆ ಒಪ್ಪಿಗೆಯಾಯಿತು. ಅಂದಿನಿಂದ ನಾಗಮ್ಮನು ಅಲ್ಲೆ ಬಿದ್ದು ತಿಂದಿರತೊಡಗಿದಳು. ಮೊದಲಿನ ಆದರ ಗೌರವಗಳು ಮುದಿ ಯಜಮಾನರ ಹಿಂದೆಯೇ ಹೋದವು. ಈಗ ಅಡುಗೆಯ ಮನೆಯಲ್ಲಿ ಕತ್ತೆಯಂತೆ ಕೆಲಸ ಮಾಡುವವಳು ಅವಳಾದಳು. ಬಣ್ಣದ ಬೀಸಣಿಗೆಯಂತೆ ಅವಳ ನಾದನಿಯರು ತಿರುಗಿದರು. ಆದರೂ ಆಗಾಗ ಹೊಸ ಯಜಮಾನರ ಹೆಂಡತಿಯೊಡನೆ ನಾಗಮ್ಮನು ತನ್ನ ಜೀವನದ ಸುಖದುಃಖವನ್ನು ಹೇಳಿಕೊಳ್ಳುತ್ತಿದ್ದಳು. ಅವಳೊಬ್ಬಳಿಗೆ ಅವಳಲ್ಲಿನ ಪ್ರೇಮವು ನಾಶವಾಗಲಿಲ್ಲ. ಅದೂ ಹೋಗುವ ಗಳಿಗೆಯು ಬಂದಿರಬೇಕು. ಒಂದು ದಿನ ಅವಳು "ಯಜಮಾನರನ್ನುತ್ತಾರೆ. ನಿನ್ನ ಮೇಲೆ ಹಾಕಿದ ಚಿನ್ನವನ್ನೆಲ್ಲಾ ಕೊಡಬೇಕಂತೆ, ಇನ್ನು ನಿನಗೆ ಬೇಡವಷ್ಟೆ" ಎಂದಳು. ಅವಳಿಗೆ ಅದರ ಮೇಲೆ ಕಣ್ಣಿತ್ತು. ಕಡಿಮೆ ಕಡಿಮೆ ೪-೫೦೦೦ ರೂಪಾಯಿಗಳ ಆಭರಣಗಳಿದ್ದುವು. ನಾಗಮ್ಮನಿಗೆ ಅವನ್ನು ಕೊಡಲು ಮನಸ್ಸಿರಲಿಲ್ಲ. ಪತಿಯ ಪ್ರೇಮದ ಕಾಣಿಕೆ ಎಂದೊಂದು ಕಾರಣ, ಆಪತ್ತಿನಲ್ಲಿ ಉಪಯೋಗಕ್ಕೆ ಬಂದೀತೆಂದು ಇನ್ನೊಂದು ಆಸೆ. ಆದುದರಿಂದ "ಅದು ಹಿರಿಯ ಯಜಮಾನರ ಹೇಳಿಕೆಯಂತೆ ನನಗೆ ಮಾಡಿಸಿ ಹಾಕಿದುದು. ನಾನು ಸತ್ತ ಬಳಿಕ ಯಾರೇ ಒಯ್ಯಲಿ. ಬದುಕಿರುವ ವರೆಗೆ ನನ್ನದೇ ಅದು"- ಎಂದಳು. ಅಂದಿನಿಂದ ಅವಳಿಗೂ ನಾಗಮ್ಮನಿಗೂ ದೂರಾಯಿತು. ಅಷ್ಟಾದ ಮೇಲೆ ನಾಗಮ್ಮನ ಕೂಳಿಗೆ ವಿಘ್ನಬರತೊಡಗಿತು. ಅವರೆಲ್ಲ ಬೇಕು ಬೇಕಾದ

ತಿಂಡಿ ತಿಂದರೆ ನಾಗಮ್ಮನಿಗೆ ತೋರಿಸುವವರೂ ಇಲ್ಲ. ತನ್ನ ಪ್ರಾರಬ್ಧವೆಂದು ತಿಳಿದಳು. ಆ ಮನೆಯಲ್ಲಿ ದಿವಸಗಳನ್ನು ಕಳೆಯುವುದೇ ಕಷ್ಟ ಎಂದು ತೋರಿತು.

ಒಂದು ದಿನ ಅವಳ ತಂದೆಯು ಪರಂಧಾಮವನ್ನು ಸೇರಲು ಆ ನೆಪದಿಂದ ಅವಳು ತವರು ಮನೆಯನ್ನು ಸೇರಿದಳು. ಹೊರಡುವ ಗಳಿಗೆಯಲ್ಲಿ ತನ್ನ ಆಭರಣಗಳನ್ನು ಒಯ್ಯುವ ನಿಶ್ಚಯಮಾಡಿ ಅವನ್ನಿರಿಸಿದ ಪೆಟ್ಟಿಗೆಯನ್ನು ತೆರೆದಳು. ಆದರೆ ಅದರೊಳಗೆ ಮಣ್ಣು ಸಹ ಇದ್ದಿರಲಿಲ್ಲ. ಇವಳಿಗೂ ಮೊದಲೇ ಅವುಗಳನ್ನು ಜಾರಿಸಿದ್ದರು. ನಾಗಮ್ಮನಿಗೆ ಕಣ್ಣೀರು ಬಂತು. ಇದರ ಸೇಡನ್ನು ತೀರಿಸುವ ಹವಣಿಕೆಯಾಯಿತು. ತಿರುಗಿ ಮಂಜೇಶ್ವರಕ್ಕೆ ಹೊರಡುವ ಮನಸ್ಸು ಆಗಲಿಲ್ಲ. ಕೊನೆಯ ವರೆಗೆ ಹೋಗಲೂ ಇಲ್ಲ. ಅವಳಿಗೆ ಅಣ್ಣಂದಿರಿಬ್ಬರು–ಕೇಶವರಾಯನೊಬ್ಬ, ನಾಗೇಶರಾಯನೊಬ್ಬ. ಇಬ್ಬರಿಗೂ ತಂಗಿಯ ಮೇಲೆ ತುಂಬಾ ಅಕ್ಕರೆ. ಅವರೂ ಇವಳನ್ನು ಆಗ್ರಹಪಡಿಸಿದರು. ಅಂತೂ ಅವಳು ತನ್ನ ಭಾವೀ ಜೀವಮಾನವನ್ನೂ ಅಣ್ಣಂದಿರ ಮನೆಯಲ್ಲೇ ಕಳೆವುದೆಂದಾಯಿತು. ಅವರ ಹೇಳಿಕೆಯಂತೆ ನಾಗಮ್ಮನ ಪರವಾಗಿ ಅಶನಾರ್ಥಕ್ಕೆ ಕೋರ್ಟಿನಲ್ಲಿ ದಾವೆಯು ದಾಖಲಾಯಿತು. ವರುಷಕ್ಕೆ ೧೦,೦೦೦ವನ್ನು ಕೇಶವರಾಯನು ಕೇಳಿಸಿದನು. ಎರಡು ಮೂರು ವರುಷಗಳ ರಣಾಗ್ರವಾಗಿ ೩೦೦೦ವನ್ನು ಕೊಡುವುದೆಂದು ರಾಜಿಯಲ್ಲಿ ದಾವೆಯು ತೀರಿತು. ಅಣ್ಣಂದಿರಿಬ್ಬರು ಹಿಗ್ಗಿದರು. ಅವರ ಒಟ್ಟು ಹುಟ್ಟುವಳಿ ವರುಷಕ್ಕೆ ೧೦೦೦ವಿರಲಿಲ್ಲ. ತಂಗಿಯ ದೆಸೆಯಿಂದ ೧೦೦೦–೪೦೦೦ ವಾಗಲು!

ಆದರೆ ನಾಗಮ್ಮನ ಗೋಳೇ ಗೋಳು. ಒಂದು ವರುಷವಾದರೂ ಅವಳ ಕೂಳು ನಿರಾತಂಕವಾಗಿ ಸಿಕ್ಕಿದಿಲ್ಲ. ಪ್ರತಿವರ್ಷವೂ ಕೋರ್ಟಿನಲ್ಲಿ ಜಗಳಾಡಿಯೇ ಪಡೆಯಬೇಕಿತ್ತು. ಆದರೂ ದೊರೆಯುತ್ತಿತ್ತು. ಇತ್ತ ನಾಗಮ್ಮನು ತವರುಮನೆಗೆ ಬಂದಾಗ ಅವಳ ತಂಗಿಯು ಒಂದೆರಡು ಬಾರಿ ಬಂದಿದ್ದಳು. ತಂಗಿಗೆ ಎರಡು ಮಂದಿ ಹೆಣ್ಣು ಮಕ್ಕಳು. ನಾಗಮ್ಮಗೆ ಬೇಸರವಾಗಿ ಒಂದು ಹೆಣ್ಣುಕೂಸನ್ನು ತನ್ನ ಬಳಿಯಲ್ಲಿರಿಸತೊಡಗಿದಳು. ಅವಳ ಮಮತೆಯು ಆ ಚಿಕ್ಕ ಕೂಸಿನ ಮೇಲೆ ಉಕ್ಕಿ ಹರಿಯುತ್ತಿತ್ತು. ಈಗ ಅವಳ ಮುದ್ದಿನ ರತ್ನಮ್ಮನಿಗೆ ೧೦ ವರುಷವಾಯಿತು. ರತ್ನಮ್ಮನ ತಂದೆಯು ತೀರ ಬಡವ. ಆ ಬಡತನದಲ್ಲಿ ಅವನಿಗೆ ಯೋಗ್ಯ ವರನನ್ನು ಹುಡುಕಿ ಲಗ್ನಮಾಡುವುದು ಕಷ್ಟಕ್ಕೆ ಬಂದಿತು. ಅಂತೂ ಇಂತೂ ಒಬ್ಬ ಬಡ ಹುಡುಗನನ್ನು ನಿಶ್ಚಯಿಸಿದನು. ಆದರೂ ಆ ಹುಡುಗನ ತಂದೆ ೧೦೦೦ ದಕ್ಷಿಣೆಯಾದರೂ ಇಲ್ಲದೆ ಹುಡುಗನನ್ನು ಒಯ್ಯಲಾಗದು ಎನ್ನತೊಡಗಿದನು. ನಾಗಮ್ಮನ ತಂಗಿ ಅಕ್ಕನಲ್ಲಿ ಕಣ್ಣೀರು ಸುರಿಸಿದಳು. ಅದಕ್ಕೆ ನಾಗಮ್ಮನು– 'ಅದಕ್ಕೇಕೆ ಇಷ್ಟು ಚಿಂತೆ! ರತ್ನಮ್ಮನು ನನ್ನ ಮಗು, ನನಗೇ ಅವಳ ಲಗ್ನ ಕಾಲದಲ್ಲಿ ೨೦೦೦ವಾದರೂ ಕೊಡಬೇಕೆಂದು ಮನಸ್ಸಿತ್ತು. ನೀನು ದಾರಿದ್ರ್ಯವನ್ನು ಉಂಡದ್ದು ಸಾಕಾದರೂ–ನನ್ನ ರತ್ನಮ್ಮನ ಊಟಕ್ಕೆ ಚಿಂತೆಮಾಡಬಾರದು' ಎಂದಳು. ಸರಿ. ನಾಗಮ್ಮನು ಅಣ್ಣನಲ್ಲಿ ತನ್ನ ಹಣ ಕೇಳಿದಳು.

ಕೇಶವರಾಯರಿಗೆ ಭಯಂಕರ ಕೋಪವಾಯಿತು. "ನೀನು ಮನೆಯಿಂದ ಹೊರಡು" ಎನ್ನುವ ವರೆಗೂ. ಆದರೆ ನಾಗೇಶನು ರಾಜಿಮಾಡಲು ಬಂದನು. 'ಅಣ್ಣಾ ಅವಳನ್ನು ಓಡಿಸಿದರೆ ವರುಷಕ್ಕೆಷ್ಟು ನಷ್ಟ ಬಲ್ಲೆಯಾ?' ಎಂದನು. ಅಂತೂ ಮನವಿಲ್ಲದೆ, ೩೦೦೦ ಕೇಳಿದಾಗ ನಾಗೇಶನು – "ಬಂದದ್ದೆಲ್ಲ ಖರ್ಚಾಯಿತು. ನಿನಗಾಗಿ ೧೫೦೦ ಸಾಲ ಮಾಡಿ ಕೊಡುತ್ತೇನೆ, ಎಂದು ನಾಗಮ್ಮನನ್ನು ಹತ್ತೆಂಟು ಬಾರಿ ಗೋಳಾಡಿಸಿ ರತ್ನಮ್ಮನ ಲಗ್ನಕ್ಕೆ ನೆರವಾದನು. ಅಂದಿನಿಂದ ಅವನಿಗೆ ಇಬ್ಬರು ತಂಗಿಯರ ಮೇಲಣ ಪ್ರೇಮವು ತಗ್ಗಿತು. ಆದರೆ ಅಶನಾರ್ಥದ ಹಣದ ಮೇಲೆ ಮಮತೆ ತಪ್ಪಲಿಲ್ಲ."

ಎಷ್ಟೋ ವರುಷಗಳು ಸಂದುವು. ಈಗ ನಾಗಮ್ಮಗೆ ೪೦ ವರ್ಷ ಪ್ರಾಯ. ಅವಳಿಗೀಗ ಸಂಸಾರದಲ್ಲಿ ವಿರಕ್ತಿ ಹುಟ್ಟಿದೆ. ತಾನು ಸಾಯುವುದರೊಳಗೆ ಆದಷ್ಟು ದಾನ ಧರ್ಮ ಮಾಡಿ ತನ್ನ ಶೇಷಾಯುಷ್ಯವನ್ನು ಕಾಶಿಯಲ್ಲಿ ಕಳೆಯಬೇಕೆಂದು ನಿಶ್ಚಯಿಸಿದಳು. ಅದಕ್ಕೆ ಸಮ್ಮತಿಯು ದೊರೆಯಲು ಎರಡು ವರುಷಗಳ ಕಣ್ಣೀರು ಸುರಿಯಿತು. ಹೊರಡುವುದರೊಳಗೆ ಊರಿನ ಶ್ರೀ ಶಂಕರ ದೇವಾಲಯವನ್ನು ಜೀರ್ಣೋದ್ಧಾರ ಮಾಡುವ ಆಸೆ ಅವಳಿಗಿತ್ತು. ತನ್ನ ಅಶನಾರ್ಥದ ಹಣ ಅದಕ್ಕೆ ಖರ್ಚಾಗಲಿ ಎಂದು ಬಯಸಿದ್ದಳು. ಆದರೆ ಅಣ್ಣಂದಿರು ಅವಳ ಆಸೆಯನ್ನು ಪೂರ್ತಿಮಾಡಲು ಬಿಡಲಿಲ್ಲ. ಕೊನೆಗೊಂದು ದಿನ ಊರಿನ ಚಿಂತೆ ಬಿಟ್ಟು ಅವಳು ಕಾಶಿಗೆ ನಡೆದಳು. ಕಿರಿಯಣ್ಣನು ಅವಳನ್ನು ಅಲ್ಲಿಯ ವರೆಗೂ ಮುಟ್ಟಿಸಿ ಬಂದನು. ಅಲ್ಲಿಂದ ಬರುವಾಗ ಅವಳ ಕೈಮೇಲೆ ೧೦೦ ರೂಪ್ಯಾ ಇರಿಸಿ ಬಂದಿದ್ದನು. ಅದೂ ಅತಿ ಸಂಕಷ್ಟದಿಂದ. ಆದರೆ ಈ ವಯಸ್ಸಿನಲ್ಲಿ ಅವಳಿಗೆ ಧಾರಾಳ ಬುದ್ಧಿಯೇಕೆ ಬೇಕಿತ್ತೋ ತಿಳಿಯದು–ದಾನಧರ್ಮ ಮಾಡಿ ತಿರುಗಿ ಎರಡೇ ತಿಂಗಳಿನಲ್ಲಿ ಕಾಗದ ಬರೆದಳು. ಕೇಶವನು ಚೆನ್ನಾಗಿ ಗದರಿಸಿ ಒಂದು ಕಾಗದವನ್ನು ಬರೆದನು. 'ನಿನ್ನ ದಾನಧರ್ಮದಿಂದ ನಮ್ಮ ಸಂಸಾರವು ಮಣ್ಣುಪಾಲಾಯಿತು' ಎಂಬುದೇ ಒಕ್ಕಣೆ– ಅಂದಿನಿಂದ ಅವಳಿಗೆ ತಿಂಗಳೊಂದರ ೧೫ ರೂಪ್ಯಾಗಳನ್ನು ಮಣಿಯಾರ್ಡರು ಮಾಡುತ್ತಿರುವನು. ಅವಳು ಕಣ್ಮುಚ್ಚಿದರೆ ಅದನ್ನೂ ವಜಾ ಮಾಡಬಹುದು ಎಂಬ ಆಸೆಯೂ ಅವನಿಗಿದೆ. ಹಾಗಾದರೆ ತನಗೆ ದೊರೆಯುವ ಅಶನಾರ್ಥ ಕರಗೀತೆಂದು ಆ ಸೂಕ್ಷ್ಮಬುದ್ಧಿಗೆ ಹೊಳೆದಿಲ್ಲವೋ ಏನೋ.

ಅಂತೂ ಅವಳು ಬದುಕಿರುವಷ್ಟು ದಿನ ಅವಳ ಮಾವನ ಮನೆಯವರು ದೈವವನ್ನು? ಅನಂತವಾಗಿ ಪ್ರಾರ್ಥಿಸುತ್ತಿರುವರು! ಏನೆಂದು ನೀವೇ ಯೋಚಿಸಿರಿ.

ಪ್ರಾಯಶಃ ನಾಗಮ್ಮನ ಕಥೆ ಕೇಳಿಯೇ ಊರವರು 'ಮುಂಡೆ ಕೂಳಿಗೆ ಮುನ್ನೂರು ವಿಘ್ನ'ವೆಂದು ಗಾದೆ ಮಾಡಿರಬೇಕು.

■

ತಪ್ಪಾರದು?

ನೀಲಮ್ಮನು ಬಡ ಕುಟುಂಬದಲ್ಲಿ ಹುಟ್ಟಿದವಳು. ಅವಳ ಪೂರ್ಣ ಹೆಸರು ನೀಲಮಣಿಯೆಂದು. ಈಗ ನೀಲವ್ವನ ಹೆಸರು ನಮ್ಮ ಶಹರಿನಲ್ಲಿ ತಿಳಿಯದ ಕೂಸುಗಳು ಸಹ ಇಲ್ಲೆನ್ನಬಹುದು. ಅದರೆ ನೀಲವ್ವನ ಬಣ್ಣವು ನಿಜಕ್ಕೂ ನೀಲವಾಗಿರಲಿಲ್ಲ. ನೀಲವ್ವನು ನೋಡುವುದಕ್ಕೆ ಬಿಳಿದಾಗಿದ್ದಳು. ಈಗ ಅವಳ ಹೆಸರು ಎಷ್ಟು ಪ್ರಸಿದ್ಧಿಯಲ್ಲಿದೆಯೋ ಆಗ ಅಷ್ಟೇ ಮರೆಯಲ್ಲಿತ್ತು. ನೀಲಮ್ಮನೆಂಬ ಹೆಸರು ನಮ್ಮ ಊರಿನಲ್ಲಿ ಇದೆಯೋ ಎಂಬಷ್ಟು ಮರೆಯಲ್ಲಿತ್ತು. ಕಾರಣವಿಷ್ಟೆ, ನೀಲವ್ವನು ಹಳ್ಳಿಯ ಮೂಲೆಯೊಂದರಲ್ಲಿ ಹುಟ್ಟಿ ಬೆಳೆದವಳು. ಮಂಗಳೂರಿಗೆ ಬಲು ದೂರದ ಬೆಳ್ತಂಗಡಿಯಲ್ಲಿ ಅವಳು ಹುಟ್ಟಿದಳು. ಅವಳಿಗೆ ಹಿರಿಯಣ್ಣನು ಒಬ್ಬನಿದ್ದನು. ಅವನ ಹೆಸರು ನರಸಿಂಹನೆಂದು. ಈ ಎರಡು ಮಕ್ಕಳು ಆಗ ಬೆಳ್ತಂಗಡಿಯಲ್ಲಿ ಶಾಲಾ ಮಾಸ್ತರಿಕೆಯನ್ನು ಮಾಡುತ್ತ ಜೀವನ ಸಾಗಿಸುತ್ತಿದ್ದ ವೆಂಕಟರಾಯರ ಹೊಟ್ಟೆಯಲ್ಲಿ ಹುಟ್ಟಿದುವು. ಮಕ್ಕಳ ಮೇಲಿನ ಪ್ರೇಮವು ಅವರಿಗೆ ಅಧಿಕವಾಗಿತ್ತು. ತಮ್ಮ ಮಕ್ಕಳಿಗೆ ಒಂದೇ ಒಂದು ಏಟನ್ನು ಕೊಟ್ಟವರಲ್ಲ ಅವರು. ಆ ಪ್ರೇಮವು ಶಾಲೆಯ ಇನ್ನಿತರ ಬಾಲಕರ ಮೇಲೆಯೂ ಇತ್ತು. ಆಗ ಅವರ ಶಾಲೆಯಲ್ಲಿ ೨೦ – ೩೦ ಗಂಡು ಹುಡುಗರು ಪಾಠ ಕಲಿಯುತ್ತಿದ್ದರು. ಅವರಲ್ಲಿ ನರಸಿಂಹನು ಒಬ್ಬನು. ನರಸಿಂಹನು ಶಾಲೆಯಿಂದ ಮನೆಗೆ ಬಂದನೆಂದರೆ ಪುಸ್ತಕ ಹಿಡಿದು ಕುಳಿತುಕೊಳ್ಳುವನು. ತನ್ನ ಪಾಠಪುಸ್ತಕದಲ್ಲಿನ ಕಥೆಗಳನ್ನು ತಂಗಿಗೆ ಓದಿ ಹೇಳುವನು. ಇದರಿಂದ ಕಥೆಯ ಮೇಲಣ ಆಸೆಗಾಗಿ ನೀಲವ್ವನು ಬರಹ ಕಲಿಯಲು ಆಪೇಕ್ಷಿಸಿದಳು. ಆಗಿನ ಕಾಲದ ಮಾಸ್ತರರಾಗಿದ್ದ ಅವರು, ನೀಲವ್ವನು ಶಾಲೆಗೆ ಬರುತ್ತೇನೆ ಎಂದು ಹಟ ಹಿಡಿದಾಗ ಬರಲು ಉತ್ತೇಜನ ಕೊಡುತ್ತಿರಲಿಲ್ಲ.

ಆಗ ಹೆಣ್ಣು ಹುಡುಗಿಯರು ಶಾಲೆಗೆ ಬಂದು ಓದು ಕಲಿಯುವುದು ಅಪೂರ್ವವೇ. ಅಂತು, ಇನ್ನೆಲ್ಲಿ ಅಲ್ಲದಿದ್ದರೂ ಆ ಊರಿನಲ್ಲಿ ಹೆಣ್ಣು ಹುಡುಗಿಯರು ಓದು ಬರಹ ಕಲಿಯುತ್ತಿದ್ದಿಲ್ಲ. ಮಾಸ್ತರ ವೆಂಕಟರಾಯರ ಮನಸ್ಸಿನಲ್ಲಿ "ಗಂಡು ಹುಡುಗರಿಗೆ ಕೋರ್ಟು ಮನೆ ತಿರುಗಲು ನಾಲ್ಕು ಬರಹ ಬೇಕಾಗಬಹುದು, ಆದರೆ ಹೆಂಗಸರಿಗೆ ಬರಹ ಏಕೆ?" ಎಂದಿತ್ತು. 'ಗಂಡನಿಗೆ ಉದ್ದುದ್ದ ಕಾಗದ ಬರೆಯಲಿಕ್ಕೇನು?" ಅನ್ನುತ್ತಿದ್ದರು. "ಹಾಗೆ ಬೇರೆಯವರಿಗೆ ಬರೆಯತೊಡಗಿದರೆ...?" ಎಂದು ಅವರ ಬಾಯಿಯಿಂದ ಬಂದಿತ್ತು. ಹೀಗಾಗಿ, ನೀಲಮ್ಮನನ್ನು ಶಾಲೆಗೆ ಒಯ್ಯಲು ಅವರು ಅಷ್ಟು ಇಷ್ಟಪಡಲಿಲ್ಲ. ಆದರೆ ನೀಲಮ್ಮಗೆ ಕಥೆಗಳ ರುಚಿ ಹಿಡಿದಂತೆ ಅಣ್ಣನಿಂದಲೇ ಕದ್ದು ಕದ್ದು ಬರಹ ಕಲಿತುಕೊಂಡಳು. ಅವಳ ಬುದ್ಧಿ ಚುರುಕಿದ್ದುದರಿಂದ ಒಂದು ವರುಷದೊಳಗೆ ಎಂಥ ಪುಸ್ತಕವನ್ನೂ ತಿರುವುತ್ತಿದ್ದಳು. ಆಗ ಅವಳಿಗೆ ಒಂಭತ್ತು ವರುಷ. ಒಂದು ದಿನ ತಂದೆಯು, ಮಗಳು ಸರಸರನೇ ನಾಲ್ಕನೆಯ ಪುಸ್ತಕ ಓದುವುದನ್ನು ಕಂಡೇ ಕಂಡರು. ಅವರ ಮನಸ್ಸಿಗೆ ಏನಾಯಿತೋ ಏನೋ... "ಇನ್ನು ತಡೆಯುವುದು ಉಳಿದಿಲ್ಲ"ವೆಂದು ಅವಳನ್ನು ಶಾಲೆಗೆ ಒಯ್ದರು. ಆ ಕಾಲದಲ್ಲಿ ಊರವರ ಟೀಕೆ ಅದಕ್ಕೂ ಇತ್ತು – "ಏನು, ಮಗಳಿಗೆ ಲಗ್ನ ಮಾಡಿಸುವ ಯೋಚನೆಯಿಲ್ಲವೇನು?" ಎಂದು ಊರವರು ಅನ್ನುತ್ತಿದ್ದರು.

ನೀಲಮ್ಮನ ಆಸಕ್ತಿ ಬಹು ವಿಧದಿಂದ ಹರಿಯುತ್ತಿತ್ತು. ಅವಳ ತಾಯಿಯೆನ್ನುವಂತೆ ಅವಳಲ್ಲಿ ಕನ್ಯಾಲಕ್ಷಣವಿರುವುದಕ್ಕಿಂತ ಅಧಿಕವಾಗಿ "ಗಡುಸು" ತನವೇ ಹೆಚ್ಚು. ಶಾಲೆಯಲ್ಲಿ ಇತರ ಹುಡುಗರೊಡನೆ ಆಟವಾಡಲು ನಾಚುತ್ತಿರಲಿಲ್ಲ. ಒಂದು ದಿನ ಕೆಲವು ಬಾಲಕರು ಸೇರಿ, ಕಟ್ಟಿಗೆಯ ಚೂರುಗಳನ್ನು ಕೂಡಿಸಿ ಒಂದು ಚಿಕ್ಕ ಮನೆಯನ್ನು ಕಟ್ಟುತ್ತಿದ್ದರು. ಅವರಲ್ಲಿ ನರಸಿಂಹನೂ ಒಬ್ಬನು. ಅಣ್ಣನಿರುವುದನ್ನು ಕಂಡು ತಂಗಿಯೂ ಓಡಿದಳು. ಉಳಿದ ಬಾಲಕರು ಚೇಷ್ಟೆಗೆಂದು– "ನೀನು ತಡವಾಗಿ ಬಂದೆ. ನಿನ್ನನ್ನು ನಮ್ಮ ಮನೆಗೆ ಸೇರಿಸಿಕೊಳ್ಳುವುದಿಲ್ಲ. ಬೇರೆ ಮನೆಯನ್ನು ಕಟ್ಟು" ಎಂದರು. ನೀಲಮ್ಮಗೆ ಸಿಟ್ಟು ಬಂದಿತು. ಮನೆಗೆ ಓಡಿ ಹೋಗಿ ಒಂದು ಕತ್ತಿಯನ್ನು ತಂದಳು. ಬೇಗ ಬೇಗನೆ ಸುತ್ತಮುತ್ತಲಿನ ಮರವನ್ನೇರಿ ಚಿಕ್ಕಪುಟ್ಟ ಗೆಲ್ಲುಗಳನ್ನು ಕತ್ತರಿಸಿ ತಾನೇ ಒಂದು ಗುಡಿಸಲನ್ನು ಮರೆಯಲ್ಲಿ ಕಟ್ಟಲು ಅಣಿಯಾದಳು. ಅದು ಪೂರ್ಣವಾಗಲು, ಉಳಿದ ಬಾಲಕರನ್ನು ಕರೆದು ತೋರಿಸಿ "ನನ್ನಿಂದಾಗುವುದಿಲ್ಲವೇ?" ಎಂದುಕೊಳ್ಳುವ ಮನಸ್ಸು ಅವಳಿಗಿತ್ತು. ಅಂತೆಯೇ ಅತಿ ಚೆಲುವಿನ ಬಗೆಯಿಂದ ಮನೆಯನ್ನು ಕಟ್ಟಿದಳು. ಬಳಿಯ ಗುಡ್ಡಕ್ಕೆ ಹೋಗಿ, ಮನೆಯನ್ನು ಹೊದೆಯಿಸಲು ಬೇಕಾದ ಹುಲ್ಲನ್ನು ಸಂಗ್ರಹಿಸಿ ತಂದು ಆ ಕೆಲಸದಲ್ಲಿ ತೊಡಗಿದಳು. ಇತ್ತ ತಂದೆಯು ಮಗಳನ್ನು ಮನೆಯಲ್ಲಿ ಕಾಣದೆ ಹುಡುಕಿ ಬಂದನು. ಎದುರಿಗೆ ನೀಲಮ್ಮನ ದರುಶನವಾಯಿತು. ಅವಳ ಮಗ್ಗುಲಲ್ಲಿ ಮನೆಯು ಕಾಣಿಸಿತು. ತಡೆಯಲಾರದ ಕೋಪ ಬಂದಿತು... "ನಾಳೆ ಗಂಡನ ಮನೆಗೆ ಹೋಗುವವಳು ನೀನು. ಆಚಾರಿ ಕೆಲಸವನ್ನು ಮಾಡುತ್ತಿದ್ದೀಯಾ?" ಎಂದು ಗದರಿಸಿ ಎಳೆದುಕೊಂಡು ಹೋದರು.

ನೀಲಮ್ಮನಿಗೆ ಅಳುವಿನ ಹಬ್ಬ ಆ ದಿನ. ತನ್ನ ತಪ್ಪೇನೋ ತಿಳಿಯಲಿಲ್ಲ. ಅಲ್ಲದೆ, ತನ್ನ ಸಿದ್ಧತೆಯಾಗಿ ಹುಡುಗರನ್ನು ನಾಚಿಸಬೇಕೆಂದಿರುವ ಗಳಿಗೆಯಲ್ಲೇ ಮನೆಯು ನೆಲಸಮವಾದುದಕ್ಕೆ ಅವಳು ತೀರ ನೊಂದುಕೊಂಡಳು... ಎರಡು ದಿನಗಳ ವರೆಗೆ ಅವಳು ಯಾರೊಡನೆಯೂ ಸರಿಯಾಗಿ ಮಾತನಾಡಲು ಸಹ ಇಲ್ಲ. ಮುಂದೆ ಆ ರೀತಿಯ "ಗಂಡಸರ" ಆಟಗಳಿಗೆ ಅವಳು ಹೋಗಲಿಲ್ಲ.

ನೀಲಮ್ಮನಿಗೆ ಹಾಡುಗಳ ಹುಚ್ಚು ತುಂಬ. ಊರಲ್ಲಿ ಕೇಳಿರುವ ಯಕ್ಷಗಾನದ ಹಾಡುಗಳನ್ನು ಅವಳು ಬಿಡದೆ ಕಲಿತಿದ್ದಳು. ಆದರೆ ಯಾರ ಮುಂದೆ ಹಾಡಲೂ ಧೈರ್ಯವಿರುತ್ತಿದ್ದಿಲ್ಲ. ಒಂದು ದಿನ ಅವಳ ಅಣ್ಣನು ಹೊಸ ಹಾಡೊಂದನ್ನು ಕಲಿತುಕೊಂಡು ಬಂದನು. ಅವನು ಬಂಟ್ವಾಳಕ್ಕೆ ತಂದೆಯೊಡನೆ ಏಕೋ ಹೋಗಿದ್ದನು. ಅಲ್ಲಿ ಊರಿನ ವೀರರು ಸೇರಿ ಒಂದು ನಾಟಕವಾಡಿದ್ದರು. ನಾಟಕವು "ಶಕುಂತಲಾ ಪರಿಣಯ". ತಾನು ಕಲಿತ ಯಕ್ಷಗಾನಕ್ಕೂ ಅಲ್ಲಿನ ಗಾನಕ್ಕೂ ಇರುವ ಅಂತರವನ್ನು ಅವನು ಕಂಡನು. ಅವನ ಮನಸ್ಸಿನಲ್ಲಿ ಅಲ್ಲಿನ ಒಂದು ಹಾಡು ಅಂಟಿತು. ದುಷ್ಯಂತನಾಡುವ ಹಾಡದು. ಅದನ್ನು ಮನಸ್ಸಿನಲ್ಲಿಯೇ ಉರು ಹಾಕಿ ಕಲಿತುಕೊಂಡನು. ಮನೆಗೆ ಬರಲು ತನ್ನ ಪರಾಕ್ರಮ ಮೆರೆಯಿಸಲು, ಕೊಠಡಿಯ ಕದವನ್ನು ಮುಚ್ಚಿ ಸೀರೆಯೊಂದನ್ನು ತಲೆಗೆ ಸುತ್ತಿ ರುಮಾಲು ಮಾಡಿ ತನ್ನ ಶಾಲೆಯ ಅಂಗಿಯನ್ನೆಲ್ಲಾ ಹಾಕಿ ದುಷ್ಯಂತನ ಪಾರ್ಟನ್ನು ಮಾಡಿದನು. ಅದನ್ನು ಕಾಣಲು ಇನ್ನಾರಿಲ್ಲ. ನೀಲಮ್ಮ ಮಾತ್ರ. ನೀಲಮ್ಮನಿಗೆ ಆ ಹೊಸ ಹಾಡು, ಈ ನಾಟಕದ ರೀವಿ ಎಲ್ಲವೂ ಮನಸೂರೆಯಾಯಿತು. ಅವನಿಂದ ಆ ಹಾಡನ್ನು ತಾನು ಕಲಿತಳು. ಒಂದು ದಿನ ಅವನಂತೆ ತಾನೂ ಸೀರೆಯನ್ನು ರುಮಾಲಾಗಿ ತಲೆಗೆ ಕಟ್ಟಿಕೊಂಡು ಗಂಡು ವೇಷ ಹಾಕಿ, ಹಾಡನ್ನು ಹಾಡಿದಳು. ಆ ದಿನ ಅದನ್ನು ಯಾರಿಗೂ ತೋರಿಸಲಿಕ್ಕಿಲ್ಲ... ತಂದೆಗೆ ತೋರಿಸುವಂತಿಲ್ಲ. ಅಣ್ಣನು ಮನೆಯಲ್ಲಿದ್ದಿರಲಿಲ್ಲ. ಆದರೆ ಉಕ್ಕಿ ಬರುವ ಉತ್ಸಾಹ. ಮುಖಕ್ಕೆ ಮೀಸೆಯನ್ನು ಸವರಿಕೊಂಡ ಅವಳು ತಾಯಿಯ ಮುಂದೆ ದುಷ್ಯಂತನಾಗಿ ನಿಂತಳು. ಅಣ್ಣ ತಮ್ಮಂದಿರ ಮುಖ ಚಹರೆ ಒಂದೇ ಇತ್ತು. ತಾಯಿಗೆ ಅದು ನರಸಿಂಹನೆಂದು ಕಂಡು "ನಿನ್ನ ನಾಟಕ ಹಾಳಾಯಿತು. ಅವರಿಗೆ ಹೇಳಿದರೆ ಹೆಚ್ಚಾಗುತ್ತದೆ. ಮಕ್ಕಳಿಗೆ ಇಲ್ಲದ್ದನ್ನೆಲ್ಲಾ ತೋರಿಸುವುದು; ಅವುಗಳು ಇಲ್ಲಿ ಹುಚ್ಚು ಹುಚ್ಚಾಗಿ ಕುಣಿಯುವುದು" ಎಂದಳು. ಥಕ್ಕನೆ ನರಸಿಂಹನಿಗೆ ತಾನೊಂದು ಕೆಲಸ ಹೇಳಿರುವುದು ನೆನಪಾಗಿ ಬೇಸರದೊಂದಿಗೆ ಸಿಟ್ಟನ್ನು ಸೇರಿಸಿ "ನರಸಿಂಹಾ.... ಅಲ್ಲಿಗೆ ಹೋಗಿ ಬಾ ಎಂದರೆ ಇಲ್ಲೇ ಆಟವಾಡುತ್ತೀಯಾ? ತಂದೆಯವರು ಬರಲಿ" – ಎಂದಳು. ನೀಲಮ್ಮಗೆ ಕಿಸಕ್ಕನೆ ನಗು ಬಂದಿತು. ಅಷ್ಟರಲ್ಲಿ ವೆಂಕಟರಾಯರ ಬರವು ಆಯಿತು. ಅವರಿಗೆ ನೀಲಮ್ಮನ ಗುರುತು ಕೂಡಲೇ ಹತ್ತಿ ಹಿಡಿದು ನಾಲ್ಕೇಟನ್ನು ಹೊಡೆದರು. "ವೇಷ ಹಾಕಿ ಹಾಡುತ್ತೀಯಾ? ನಾಳೆ ಸೂಳೆಯಾಗಿ ಸಂಪಾದನೆಗೆ ಹೋಗುವಿಯಾ?"

ಎಂದು ಚೆನ್ನಾಗಿ ಗದರಿಸಿದರು. ನೀಲಮ್ಮಗೆ ಅಳು ಬಂದಿತು. ಮಾತಿನ ಅರ್ಥ ತಿಳಿಯದಿದ್ದರೂ "ತಾನು ಮದುವೆಯಾಗುವ ಹುಡುಗಿ. ಹೀಗೆಲ್ಲಾ – ಮಾಡಬಾರದು" ಎಂದು ತಿಳಿದಳು. ಅಂದಿನಿಂದ ನೀಲಮ್ಮನ ಸ್ವರವು ತಗ್ಗಿತು.

ಅದೇ ವರುಷ ವೆಂಕಟರಾಯರು, ಸಾಹಸಪಟ್ಟು ಆಕೆಗೆ ಒಬ್ಬ ಗಂಡನನ್ನು ನಿಶ್ಚಯಿಸಿ ತಮ್ಮ ಹೊರೆಯನ್ನಿಳಿಸಿಕೊಂಡರು. ವರನ ಹೆಸರು ಶ್ರೀಪಾದನೆಂದು. ಶ್ರೀಪಾದನು ಮಂಗಳೂರು ಮುನಿಸಿಪಲ್ ಶಾಲೆಯೊಂದರಲ್ಲಿ ಶಾಲಾ ಮಾಸ್ತರನು. ವೆಂಕಟರಾಯರಿಗೆ ತನ್ನಂತಿರುವ ಅಳಿಯನು ದೊರೆತುದಕ್ಕಾಗಿ ಆನಂದವಾಯಿತು. ದೂರವಾಯಿತೆಂದು ತಾಯಿಗೆ ಚಿಂತೆಯಾದರೂ ಅಳಿಯನು ಪುತ್ಥಳಿ ಚಿನ್ನದಂಥವನೆಂದು ಅವರು ಆನಂದವನ್ನೇ ಪಟ್ಟರು. ಮಗುವನ್ನು ಕಳುಹಿಸಿಕೊಡುವ ಗಳಿಗೆಯಲ್ಲಿ ಕಣ್ಣೀರನ್ನು ಕರೆಯುತ್ತ – "ನೀಲಮ್ಮ ನೀನೀಗ ದೊಡ್ಡವಳು. ಗಂಡನ ಮನೆಯಲ್ಲೂ ಇಲ್ಲಿ ಆಡಿದ ಹಾಗೆ ಆಡಿ ನಮಗೊಂದು ಅಪಕೀರ್ತಿ ತರಬೇಡ" – ಎಂದರು. ನೀಲಮ್ಮನು "ಆಯಿತಮ್ಮ" ಎಂದು ಅಳುತ್ತ ತಂದೆ ತಾಯಿಗಳ ಕಾಲನ್ನು ಮುಟ್ಟಿ ಆಶೀರ್ವಾದ ಪಡೆದು ಹೊರಟಳು. ಆಗ ದೊಡ್ಡವಳಾದ ನೀಲಮ್ಮಗೆ ೧೨ ವಯಸ್ಸು.

ಗಂಡನ ಮನೆಗೆ ಹೋದ ಬಳಿಕ ಅವಳೂ ಎರಡು ಮೂರು ಬಾರಿ ತವರು ಮನೆಗೆ ಬಂದು ಹೋಗಿದ್ದಳು. ಕೊನೆಯ ಬಾರಿಯೆಂದರೆ ತನ್ನ ಪ್ರಥಮ ಬಾಣಂತಿತನವನ್ನು ಕಂಡಾಗ. ಆದರೆ ಗಂಡನಿಗೆ ಹಿತವಾಗುವ ರೀತಿಯಲ್ಲಿ ಮೆಚ್ಚಾಗಿ ನಡೆಯುತ್ತಿದ್ದಳು. ಗಂಡು ಹುಡುಗರ ಆಟಪಾಠಗಳನ್ನೆಲ್ಲಾ ಮರೆತುಬಿಟ್ಟು ತನ್ನ ಹೊಣೆಯನ್ನು ತಿಳಿದು ಗಂಡನ ಆದರಕ್ಕೆ ಪಾತ್ರಳಾದಳು. ಶ್ರೀಪಾದನು ಸಹ ಮಾವನಿಗೆ ಒಂದು ಪತ್ರವನ್ನು ಬರೆದಿದ್ದನು. "ನಿಮ್ಮ ಹುಡುಗಿಯು ನನ್ನ ಪಾಲಿಗೆ ದೊರೆತುದು ನನ್ನ ಪೂರ್ವಜನ್ಮದ ಪುಣ್ಯ"ವೆಂದು. ಈ ಆನಂದದ ಗಳಿಗೆಯನ್ನು ಕಂಡು ಅವರು ಸತ್ತರು. ಸತ್ತರೆಂದರೆ ಒಬ್ಬರೇ ಸಾಯಲಿಲ್ಲ. ೧೦–೧೨ ವರುಷಗಳ ಹಿಂದೆ ಊರಿಂದೂರನ್ನೇ ಕೊಚ್ಚಿಕೊಂಡು ಹೋದ ಇನ್‌ಫ್ಲುಯೆಂಜಾ ಬೇನೆಯು ಅವರ ಕುಟುಂಬವನ್ನು ಹಾರಿಸಿಕೊಂಡು ಹೋಯಿತು. ಅವರ ಮನೆಯ ಒಂದೇ ಹುಳುವೂ ಉಳಿಯಲಿಲ್ಲ. ದಂಪತಿಗಳು ತೀರ ಸಾಹಸದಿಂದ ತಮ್ಮ ಜೀವನದ ಈ ತಾಪವನ್ನು ಸಹಿಸಿಕೊಂಡರು. ನಿಜಕ್ಕೂ ಶ್ರೀಪಾದನಿಗೆ ಹೆಂಡತಿಗಾದುದಕ್ಕಿಂತಲೂ ಇಮ್ಮಡಿ ವ್ಯಥೆಯಾಗಿತ್ತು. ಕಾರಣವಿಷ್ಟೆ. ಅವನಿಗೆ ಇತರ ಸಂಬಂಧಿಗಳಾದರೂ ಇರಲಿಲ್ಲ. ಹೀಗಾಗಿ ಚಿಕ್ಕಂದಿನಲ್ಲಿ ಕಳೆದುಕೊಂಡ ತಂದೆತಾಯಿಗಳ ಮೇಲಿನ ಪ್ರೇಮವನ್ನು ಅತ್ತೆ ಮಾವಂದಿರ ಮೇಲೆ ಇರಿಸಿದ್ದನು. ಈಗ ಅದೂ ಇಲ್ಲದಾಯಿತು.

ಇದಾಗಿ ನಾಲ್ಕಾರು ವರುಷಗಳು ಕಳೆದುವು. ನೀಲಮ್ಮನು ಈಗ ಗಂಡು ಹುಡುಗರ ತಾಯಿ. ಹಿರಿ ಹುಡುಗನಿಗೆ ಈಗ ಬರೇ ಎಂಟು ವಯಸ್ಸು. ಅವರನ್ನು ಕಟ್ಟಿಕೊಂಡು ಸಂಸಾರದ ಸುಖವನ್ನು ಉಣ್ಣುತ್ತಿದ್ದಳು. ಇತ್ತ ಶ್ರೀಪಾದನು ಶರೀರತಃ ದುರ್ಬಲನು –

ಎಷ್ಟೋ ಬಾರಿ ಅವನು 'ಆಸ್ತಿ ಮನೆ ಕಾಸು ಕಡ್ಡಿಯಿಲ್ಲದ ನಾನು ಒಂದು ದಿನ ಕಣ್ಮುಚ್ಚಿದರೆ ನನ್ನ ಕುಟುಂಬಕ್ಕಾರು ಗತಿ? ' ಎಂದು ಚಿಂತಿಸಿದುದುಂಟು. ಅತ್ತೆ ಮಾವಂದಿರ ಮರಣವು ಅವನಲ್ಲಿ – ಮರಣವು ಎಲ್ಲರಿಗೂ ಇದೆ, ಅದು ಎಂದು ಬಂದರೂ ಬರಬಹುದು– ಎಂಬ ಪಾಠವನ್ನು ಬಲವಾಗಿ ನಾಟಿಸಿತ್ತು. ಎಷ್ಟೋ ಬಾರಿ ಅದೇ ವಿಷಯವನ್ನು ಅವನು ನೀಲಮ್ಮನೊಡನೆಯೂ ಚರ್ಚಿಸಿದ್ದುಂಟು. ಆದರೆ ಚರ್ಚೆಗೆ ಯಾವ ಉತ್ತರವೂ ದೊರೆಯುತ್ತಿರಲಿಲ್ಲ. ಅದನ್ನು ಕಟ್ಟಿಕೊಂಡು ಚಿಂತೆಯಲ್ಲಿರುವ ಪತಿಯನ್ನು ಕಂಡು ಅವಳು 'ದೇವರಿರುವನು' ಎನ್ನುತ್ತಿದ್ದಳು.

ಆದರೆ ಇವರ ಪಾಲಿಗೆ ಬಂದ ಸತ್ಯವು ಶ್ರೀಪಾದನ ಪಾಲಿಗೂ ಬಂದಿತು. ವಿಷಮಜ್ವರಕ್ಕೆ ಅವನು ಬಲಿಯಾದನು. ಇಂದು ಅವನ ಇಹಯಾತ್ರೆಯ ದಿನ; ನೀಲಮ್ಮನು ಕೂಸುಗಳನ್ನು ಕಟ್ಟಿಕೊಂಡು ಪತಿಯ ಹಾಸುಗೆಯ ಮಗ್ಗುಲಿನಿಂದ ಕದಲಲಿಲ್ಲ. ಪತಿಗೆ ಸ್ಮೃತಿಯು ಲೋಪವಾಗಿತ್ತು. ಒಬ್ಬಿಬ್ಬರು ಗೆಳೆಯರು ಬಂದು ಹಿಂದಿನ ದಿನಗಳ ವರೆಗೆ ಕಂಡು ಹೋದರು. ಇಂದು ಅವರೂ ಬರಲಿಲ್ಲ. ಬಂದರೆ, ಹೆಚ್ಚಿನ ಜವಾಬ್ದಾರಿಯಿದೆ ಎಂದು ತಿಳಿದುದರಿಂದಲೋ ಏನೋ... ಸಾಯುವ ಮುಂಚೆ ಶ್ರೀಪಾದನು ಕಣ್ಣನ್ನು ಸ್ವಲ್ಪ ತೆರೆದನು. ಪತ್ನಿಯ ದರುಶನವಾಯಿತು. ತನ್ನ ಸಂಸಾರಪಯಣದಲ್ಲಿ ತನ್ನನ್ನು ನಿಸ್ಸಂಕೋಚದಿಂದ ಅನುಸರಿಸಿದ ಮಡದಿಯ ನೆನಪಾಯಿತು. ಅಂದನು ಮೆಲ್ನುಡಿಯಲ್ಲಿ 'ನೀಲ, ಆಯಿತೆಂದು ಕಾಣುತ್ತದೆ. ನಿನಗಾಗಿ ಒಂದು ದಮ್ಮಡಿಯನ್ನು ದುಡಿದು ಉಳಿಸಲು ನನ್ನಿಂದಾಗಲಿಲ್ಲ. ಈ ಮಕ್ಕಳನ್ನು ಕಟ್ಟಿಕೊಂಡು ಎಲ್ಲಿಗೆ ಹೋಗುವೆ?' ಎಂದನು. ಆಗ ನೀಲಮ್ಮನ ಒಡಲು ಉಕ್ಕಿ ಉಬ್ಬಿತ್ತು. ಆದರೆ ತನ್ನ ಕಣ್ಣೀರನ್ನು ಪತಿಯ ಮುಂದೆ ಹಾಕಿದರೆ ನಿಶ್ಚಯಕ್ಕೂ ಅವರ ಮರಣವು ಶಾಂತಿಹೀನವಾಗುವುದೆಂದು ಅಸಾಧಾರಣ ಸಾಹಸದಿಂದ 'ನಿಮಗೇಕೆ ಆ ಚಿಂತೆ! ದೇವರಿರುವನು' ಎಂದಳು. ಅವನಿಗೂ ನಿಜವೆಂದು ತೋರಿತು. ಆ ದಿನ ಅವನು ನಿಶ್ಚಿಂತೆಯಿಂದ ತನ್ನ ಹಾದಿ ಹಿಡಿದನು.

ಅವನು ಕಣ್ಮರೆಯಾಗಲು, ನೀಲಮ್ಮನು ತನ್ನ ದುಃಖವನ್ನು ಹೊರಹೊಮ್ಮಿದಳು. ಅತ್ತು, ಅತ್ತು ದಣುವಾಯಿತು. ಅವಳಿಂದಾಗಿ ಅವಳ ಕೂಸುಗಳೂ ಅತ್ತವು, ಆಗ 'ದೇವರಿರುವನು' ಎಂದು ನುಡಿದ ಸ್ಥೈರ್ಯವು ಈಗ ಇಲ್ಲವಾಯಿತು. 'ಕಚ್ಚಿ ಎಳೆಯುವ ಈ ಜಗತ್ತಿನಲ್ಲಿ ಕೂಸುಗಳನ್ನು ಕಟ್ಟಿಕೊಂಡು ಮಾಡಲೇನು?" ಎಂಬ ತೀರ ಸತ್ಯದ ಸಮಸ್ಯೆಯು ಅವಳ ಮುಂದೆ ಬಂದಿತು. ಎಲ್ಲಿರಲಿ, ಎಲ್ಲಿ ಹೋಗಲಿ – ಎಂಬ ಕತ್ತಲು ಕವಿಯಿತು. ಯೋಚಿಸಿ, ಯೋಚಿಸಿ ದಣಿದಳು. ಕೊನೆಗೆ 'ಆಪತ್ತಿಗೆ ಆತ್ಮಹತ್ಯೆಯೇ ಗತಿ'ಯೆಂದು ಎಣಿಸಿದಳು. ಆದರೆ ತಿರುಗಿ ಸಂಶಯವು ಬಂದಿತು. 'ನಾನು ಸತ್ತರೆ ತನ್ನ ಕೂಸುಗಳ ಗತಿ? ಅವುಗಳ ಕೊರಳನ್ನು ಹಿಚುಕಲೆ? ಪತಿಯ ಪ್ರಸಾದವನ್ನು ಹಾಗೆ ಹಿಚುಕಿದರೆ ಅವನ ಆತ್ಮಕ್ಕೆ ತೃಪ್ತಿಯುಂಟೇ'– ಎಂದು ಅಂಜಿದಳು. ಅಂತು ಆ ಮನೆಯಲ್ಲಿ

ಎಂಟು ಹತ್ತು ದಿನಗಳನ್ನು ಕಳೆದಳು. ಉಳಿದುದನ್ನು ತಿಂದಾಯಿತು. ಮುಂದೇನು ಎಂಬ ಚಿಂತೆ ಬಲವಾಯಿತು. ಆ ಸಮಯಕ್ಕೆ ಸರಿಯಾಗಿ ಅವಳ ಗಂಡನ ಒಬ್ಬ ಗೆಳೆಯನು ಬಂದನು. ಅವನ ಮುಂದೆ ತನ್ನ ಕಣ್ಣೀರನ್ನು ಸುರಿದಳು. ಅವನು ವ್ಯಥೆಗೊಂಡನು. ಮಕ್ಕಳನ್ನು ಕಂಡು ಕನಿಕರವಾಗಿರಬೇಕು; ಹೋದವನೇ ಮನೆಯಿಂದ ಒಂದು ಮುಡಿ ಅಕ್ಕಿಯನ್ನು ಕಳುಹಿಸಿದನು. ಹೀಗೆಯೇ ಕೆಲವು ದಿವಸಗಳು ಸಂದುವು. ಹಸಿವಿನ ಚಿಂತೆ ನೀಲಮ್ಮನಿಗೆ ತುಸು ದೂರಾಯಿತು. ಆದರೆ ಪ್ರತಿಫಲವಿಲ್ಲದೆ ಹೇಗೆ ಇಷ್ಟನ್ನು ಸ್ವೀಕರಿಸಲಿ – ಎಷ್ಟು ದಿನ ಸ್ವೀಕರಿಸದಿರಲಿ' – ಎಂದೂ ತೋರಿತು. ತನ್ನ ಬಾಳ್ವೆಯನ್ನು ಕಂಡು ತನಗೇ ನಾಚುಗೆಯಾಯಿತು. ಒಂದು ದಿನ ಆ ದಾನಿಯು ಬಂದಾಗ – 'ಏನೆಂದು ನೀವು ಇಷ್ಟೆಲ್ಲಾ ಕಳುಹಿಸುವಿರೋ ಕಾಣೆ. ನನಗಂತೂ ಈಗ ಋಣದ ಹೊರೆ ತೀರ ಅಧಿಕವಾಗಿ ಕಾಣುತ್ತಿದೆ' ಎಂದು ನುಡಿದು ಅತ್ತಳು. ಅವನು ಆ ದಿನ ಬಂದವನು ಅದರ ನಿವಾರಣೆಗೊಂದು ಸೂಚನೆಯನ್ನು ಸಿದ್ಧಪಡಿಸಿಯೇ ಬಂದಿದ್ದನು. ಮೊದಲಿನಿಂದಲೂ ಸಿದ್ಧವಿತ್ತು. ಆದರೆ ಅವಳ ಮುಂದಿರಿಸಲು ಧೈರ್ಯವಿರಲಿಲ್ಲ. ಈಗ ಧೈರ್ಯದಿಂದಿರಿಸಿದನು. ಆದರೆ ನೀಲಮ್ಮನಿಗೆ ಸಿಟ್ಟು ಬಂದಿತು. ಅವನೂ ಬೇಸರಗೊಂಡು ಹೊರಟುಹೋದನು. ತಿರುಗಿ ಕಾಳು ಕಡಿಮೆಯಾಗಲು ತಾನಾಗಿ ತನ್ನ ಧನಿಯನ್ನು ಬರಹೇಳಿದಳು, ಅಂದಿನಿಂದವಳು ತನ್ನ ಮಾನವನ್ನು ಮಾರಿ ಅನ್ನವನ್ನು ಗಳಿಸತೊಡಗಿದಳು. ಬೇರೇನು ಮಾಡಲೂ ಅವಳಿಗೆ ಹಾದಿ ಕಾಣಲಿಲ್ಲ.

ಆದರೆ ಅವಳ ಧನಿಯು ಬಹು ಕಾಲ ಧನಿಕನಾಗಿ ಉಳಿಯಲಿಲ್ಲ. ಒಂದು ದಿನ ಅವನನ್ನು ದರಿದ್ರಲಕ್ಷ್ಮಿ ಬಂದು ವರಿಸಲು ಅವನು ಉಪಾಯಕಾಣದೆ ಹೇಳದೆ ಪರಾರಿಯಾದನು. ಆದರೆ ಮುಂದಿನ ದಾರಿಯನ್ನು ತೋರಿಸಿ ಹೋದುದರಿಂದ ನೀಲಮ್ಮನು ಅಂಜಿಕೆಯಿಲ್ಲದೆ ತನ್ನ ಜೀವನ ತಾನೇ ಮಾಡತೊಡಗಿದಳು. ಜೀವನಕ್ಕಾಗಿ ದೇಹವನ್ನು ವಿಕ್ರಯಿಸುವುದೇ ಅವಳ ವೃತ್ತಿಯಾಯಿತು. ಹೀಗಾಗಿ ಊರಲ್ಲಿ ನೀಲಮ್ಮನ ಹೆಸರು ಪ್ರಸಿದ್ಧಿಗೆ ಬಂದಿತು. ನೀಲಮ್ಮನ ಜೀವನವು ನಾಯಿಯ ಜೀವನವೆಂದು ಸಂಸಾರಿಗರು ಸಾವಿರ ಸಾರಿ ನುಡಿದುದುಂಟು. ಆದರೆ ನೀಲಮ್ಮನು ಅದು ತನ್ನ ತಪ್ಪೆಂದು ಇದುವರೆಗೆ ತಿಳಿಯಲಿಲ್ಲ. 'ತಪ್ಪಾರದೆಂದು?' ತಿಳಿದವರು ಅವಳಿಗೆ ಹೇಳಬಾರದೇಕೆ?

■

ತಂದೆಯ ಮಗುವೇ, ತಾಯಿಯ ಮಗುವೇ?

ನಿಜಕ್ಕೂ ತನಗೆ ಯೋಗ್ಯ ಪತ್ನಿಯನ್ನು ಆರಿಸುವುದು ಅವನ ಸ್ವಾಂತತ್ರ್ಯದಲ್ಲಿತ್ತು. ಅವನ ತಂದೆಯು ಅವನಿಗೆ ಅಷ್ಟು ಸ್ವಾಂತತ್ರ್ಯವನ್ನು ಕೊಟ್ಟೇ ಇದ್ದನು. ಅವನು ಮನೆಗೆ ಒಬ್ಬನೇ ಮಗನಾದುದರಿಂದ ಅವನ ಹಿತಯೋಚನೆಗಳಿಗೆ ವಿರುದ್ಧವಾಗಿ ವಿಶ್ವನಾಥರಾಯರು ಹೋಗುತ್ತಿರಲಿಲ್ಲ. "ಮಗು ವ್ಯಾಸರಾಯ – ನನ್ನ ಆಕ್ಷೇಪವಿಲ್ಲ. ನೀನು ಶ್ರೀಕಂಠರಾಯರ ಮಗಳನ್ನು ವರಿಸಿದರೂ ಸರಿಯೇ, ಇಲ್ಲವೆ ರಘುಪತಿರಾಯರ ಮಗಳನ್ನು ವರಿಸಿದರೂ ಸರಿಯೇ" ಎಂದು ಅವನಿಗೆ ಪೂರ್ಣ ಸ್ವಾತಂತ್ರ್ಯವನ್ನು ಕೊಟ್ಟರು. ಎಲ್ಲಾ ಮನೆಗಳಲ್ಲಿಯೂ ತರುಣರಿಗೆ ಈ ರೀತಿಯ ಸ್ವಾತಂತ್ರ್ಯವು ದೊರೆಯುತ್ತದೆಂದು ನಾವು ಹೇಳುವುದಿಲ್ಲ. ಆದರೆ ಕೆಲವರಲ್ಲಾದರೂ ದೊರೆಯುತ್ತದೆಂಬುದು ನಿಜ. ಅದು ದೊರೆಯದೆ ಇದ್ದವರು ಹೆಣ್ಣು ಹುಡುಗಿಯರು ಮಾತ್ರ. ಅವರಿಗೂ ಅದನ್ನು ಕೊಟ್ಟರೆ ಪ್ರಪಂಚವೇ ತಲೆಕೆಳಗಾದೀತೆಂದು ನಮ್ಮ ಹಿರಿಯರು ತಿಳಿಯುತ್ತಾರೆ. ಪ್ರಾಯಶಃ ಹಿಂದೊಮ್ಮೆ ಹಾಗಿದ್ದಿರ ಬೇಕು. ಪಾತಾಳ ಲೋಕದಲ್ಲಿ ಹಿಂದಿನ ಕಾಲದಲ್ಲಿ ಜನರಿದ್ದ ರೆನ್ನುವರಲ್ಲ. ಅದು ಪ್ರಾಯಶಃ ಭೂಮಿಯ ಸಮತೋಲವು; ಸ್ತ್ರೀ ಸ್ವಾತಂತ್ರ್ಯದಿಂದ ತಪ್ಪಿ, ಆದುದಿರಬೇಕು. ಅದನ್ನು ಇನ್ನಾದರೂ ನಮ್ಮ ಹಿರಿಯರು ಸರಿಪಡಿಸುವುದು ಧರ್ಮವಲ್ಲವೇ?

ತಂದೆಯ ಮಾತು ಪ್ರಬುದ್ಧ ವ್ಯಾಸಗೆ ತಿಳಿಯಿತು. ಅವನೀಗ ಬಿ.ಎ. ಪಾಠ ಮಾಡುತ್ತಿರುವನು. ಇಷ್ಟಿದ್ದೂ ಅವನಿಗೆ ತಲೆಯಿಲ್ಲವೇ? ಮುಂದೆ ಅವನು ಲಾಯರಿ ಓದನ್ನು ಕಲಿಯಲು ನಿಶ್ಚಯಿಸಿರುವನು. ಆದರೆ ಬೆಂಬಲಕ್ಕೆ ಸ್ವಲ್ಪ ಮಾವನ ಮನೆಯವರಿದ್ದರೆ ಅನುಕೂಲವಿತ್ತು. ಆದುದರಿಂದ ಅವನ ಒಲವು ರಘುಪತಿ ರಾಯರ ಮಗಳ ಕಡೆಗೆ ಬಿದ್ದಿತು. ರೂಪದ ಮಟ್ಟಿಗೆ ಅವರ ಮಗಳು

ಸುನಂದೆಯಾಗಲಿ, ಶ್ರೀಕಂಠರಾಯರ ಮಗಳು ನಂದಿನಿಯಾಗಲಿ ಇಬ್ಬರೂ ಸರಿಸಮರೇ. ಅಷ್ಟೊಂದು ರಂಭೆಯರೂ ಅಲ್ಲ; ಇತ್ತ ತಾಟಕಿಯರೂ ಅಲ್ಲ. ಆದರೆ ನಂದಿನಿಗೆ ಅಲ್ಪ ಸ್ವಲ್ಪ ಓದು ಇದ್ದಿತ್ತು. ವಿಶ್ವನಾಥರಾಯರು ಯಾವಾಗಲೂ ಅನ್ನುವುದುಂಟು – "ಹೌದು – ಸುನಂದೆಯು ಕಲಿತು ಮುನಸೀಫಿ ಮಾಡಬೇಕೇನು" ಎಂದು. ಆದುದರಿಂದ ಅವಳಿಗೆ ಅ ಆ.... ದ ಮೇಲಿನ ಸರಸ್ವತೀ ಪ್ರಸಾದ ದೊರೆಯಲಿಲ್ಲ. ನಂದಿನಿಯು ಮೆಟ್ರಿಕು ತನಕವೂ ಓದಿರುವಳಂತೆ. ಆದರೆ ಅವಳನ್ನು ಮದುವೆಯಾಗದಿದ್ದುದಕ್ಕಾಗಿ ವ್ಯಾಸನು ಈಗಲೂ ಸಂತೋಷ ಪಡುತ್ತಾನೆ. ಕಾರಣವಿಷ್ಟೆ – ಅವಳ ಗಂಡನೂ ವ್ಯಾಸನಂತೆ ಈಗ ವಕೀಲನು. ಅವನೇ ಅನ್ನುತ್ತಿರುವನಂತೆ "ದಿನಕ್ಕೆ ನಮ್ಮ ಮನೆಗೆ ಎಂಟು ಜನ ಅಡುಗೆಯವರು ಬೇಕೆ"ಂದು. ಆ ದೃಷ್ಟಿಯಿಂದ ಸುನಂದೆಯು ಎಷ್ಟೋ ಲೇಸು. ಮನೆಕೆಲಸದ ಯೋಚನೆ ಅವನಿಗಿಲ್ಲದಂತೆ ಮಾಡಿದ್ದಳು. ಅಲ್ಲದೆ ಮಾವನ ಮನೆಗೆ ಬರುವಾಗ ಹೆಚ್ಚಿಲ್ಲದಿದ್ದರೂ ಅಲ್ಪ ಸ್ವಲ್ಪ ಧನಕನಕಗಳನ್ನೂ ತಂದಿದ್ದಳು. ಇದರಿಂದಲೇ ವ್ಯಾಸನು ರಘುಪತಿರಾಯರ ಅಳಿಯನಾದುದು.

ಸರಿ, ಅಳಿಯನಾದ ಮೂರನೆಯ ವರುಷದಲ್ಲಿಯೇ ಮಂಗಳೂರಿನಲ್ಲಿ ವಕಾಲತು ತೊಡಗಿದನು! ಆದರೆ ತೊಡಗಿದ ನಕ್ಷತ್ರ ಚೆನ್ನಾಗಿಲ್ಲದುದರಿಂದಲೋ, ನಿಜ; ಆ ರಾತ್ರಿ ಆಕಾಶಕ್ಕೆ ಚೆನ್ನಾಗಿ ಮೋಡ ಮುಸುಕಿತ್ತು. ಅವನಿಗೆ ವಕಾಲತಿಗಿಂತಲೂ ನಾಲ್ಕರಷ್ಟು ವಿರಾಮವಿತ್ತು. ಇದಕ್ಕಾಗಿ ಅವನು ಚಿಂತಿಸುವಂತಿಲ್ಲ. ಉಣ್ಣುವುದಕ್ಕೆ ಅಷ್ಟೊಂದು ಯೋಚನೆ ಮಾಡಬೇಕಿಲ್ಲವಿತ್ತು. ಪಿತ್ರಾರ್ಜಿತ ಆಯವೂ ಸ್ವಲ್ಪವಿತ್ತು. ಇವೆರಡು ಸೇರಿದರೆ ಅವನ ಮಟ್ಟಿಗೆ ತೊಡಕು ತೊಂದರೆಗಳಿಲ್ಲ. ಅಂತೂ ಮಗನು ಸುಖಿಯಾಗಿರುವ ದಿನಗಳಲ್ಲಿಯೇ ವಿಶ್ವನಾಥರಾಯರು, ಸರಕಾರಿ ಪೆನ್ಶನ್ ಋಣವನ್ನು ಮುಗಿಸುವ ಮೊದಲೇ ಕಾಲವಾದರು. ಅವರೀಗ ಇರುತ್ತಿದ್ದರೆ ನಿಜಕ್ಕೂ ಮಗನ ಕುಟುಂಬವನ್ನು ಕಂಡು ಆನಂದ ಪಡುತ್ತಿದ್ದರು.

ಸುನಂದೆಗೆ ಈಗ ಮೂರು ಮಂದಿ ಮಕ್ಕಳಿರುವರು. ಎರಡು ಹೆಣ್ಣು, ಮೂರನೆಯದು ಗಂಡು. ಸುನಂದೆಗೆ ಮಕ್ಕಳನ್ನು ಆಡಿಸುವುದೆಂದರೆ ಜೀವನದ ಸಾಗರವಾಗಿತ್ತು. ಬೆಳಗಿನ ಮುಂಜಾನೆ ಏಳುವಳು – ಹಾಗೆ ಮುಸರೆಯನ್ನು ತಿಕ್ಕಿ, ಮೋರೆಯನ್ನು ತೊಳೆದು ದನವನ್ನು ಕರೆಯಲು ಹೋಗುವಳು. ಅಷ್ಟಕ್ಕೆ ಏಳು ತಾಸು ಬಾರಿಸುವುದು. ಅಲ್ಲಿಯ ಕೆಲಸ ಮುಗಿಯಿತೆಂದರೆ ಕಿರಿಯ ಮಗು, ಅದಕ್ಕಿನ್ನೂ ಆರು ತಿಂಗಳಾಗಿಲ್ಲ, ಕೂಗತೊಡಗುವುದು. ನಮ್ಮ ವ್ಯಾಸನಿಗೆ ಎಂಟೂವರೆ ಘಂಟೆಯ ತನಕ ನಿದ್ದೆ ಮಾಡುವುದು ನಿತ್ಯದ ನಿಯಮ. ನಿದ್ದೆಯ ಕಾಲದಲ್ಲಿ ಎಳ್ಳಷ್ಟು ಸದ್ದಾಗಬಾರದು. ಮಗುವೆಲ್ಲಾದರೂ ಕೂಗಿತೆಂದರೆ ಪ್ರಳಯ ಕಾಲದ ಸಿಟ್ಟು ಬರುವುದು. ಅದಕ್ಕೇ ಸುನಂದೆಯು ಬೇಗ ಬೇಗನೆ ಮಲಗುವ ಮನೆಗೆ ಧಾವಿಸಿ ಚಿಕ್ಕ ಕೂಸನ್ನು ಎತ್ತಿ ಆಡಿಸುವಳು. ಅಷ್ಟಕ್ಕೆ ಹಿರಿ ಕೂಸುಗಳಿಗೆ ಎಚ್ಚರವಾಗುವುದು. ನಡುವಿನ ಕೂಸು ಹೆಣ್ಣು ಹುಡುಗಿ. ಅದಕ್ಕೆ ಶರೀರದಲ್ಲಿ ನಿತ್ರಾಣ

ಅಧಿಕ. ಹೀಗಾಗಿ ಏತರಿಂದಲೋ ಏನೋ ಅಳುವುದು ಅದರ ಜೀವನದ ಏಕಮಾತ್ರ ಕೆಲಸವೆಂದು ಕಾಣುವುದು. ಅದು ಶ್ರುತಿ ಹಿಡಿಯಿತೆಂದರೆ ಮನೆಯ ಸುತ್ತು ಒಂದು ಮೈಲು ದೂರದ ತನಕ ಕಾಗೆಗಳು ಸಹ ನಿಲ್ಲುವಂತಿರಲಿಲ್ಲ. ಸುನಂದೆಯು ಅವಸರದಿಂದ, ಕೈಮಗುವನ್ನು ಬಿಟ್ಟು ಈ ನಡುವಿನ ಕೂಸಿನ ಬಳಿಗೆ ಹೋಗಿ, ಅದನ್ನು ಸಮಾಧಾನ ಪಡಿಸಿ, ತಿಂಡಿಯನ್ನೋ ಆಟದ ಸಾಮಾನುಗಳನ್ನೋ ಕೊಟ್ಟು ಶಾಂತಗೊಳಿಸಲು ಯತ್ನಿಸುವಳು. ಅಷ್ಟರಲ್ಲಿ, ಕೈಮಗುವಿಗೆ ಅರ್ಧ ಸ್ತನಪಾನವಾದುದರಿಂದ ಅದು ಚೀರುವುದು. ಸರಿ; ಒಂದನ್ನು ಸಮಾಧಾನಪಡಿಸ ಹೋದರೆ ಇನ್ನೊಂದು ಬಾಯಿ ತೆರೆಯುವುದು. ವ್ಯಾಸನಾಗ ಮುಸುಕಿನೊಳಗಿನಿಂದಲೇ "ಅಯ್ಯೋ, ಎಲ್ಲಿ ಸತ್ತಿದ್ದೀಯಾ? ಮಗು ಕೂಗುವುದು ಕೇಳಿಸುವುದಿಲ್ಲವೇ?" ಎಂದು ಗದರಿಸುವನು. ಇನ್ನೊಮ್ಮೆ ಅವನೇಳುವುದರೊಳಗಾಗಿ ಈ ಸಂತೆಯು ನಿಂತರಾಯಿತು. ಇಲ್ಲವಾದರೆ ಸುನಂದೆಗೆ ಮಂಗಳಾರತಿ ಬೇರೆ ವಿಧದಲ್ಲಿ ಆಗುವುದು.

ಪಾಪ, ಅವಸರದಿಂದ ಓಡಿ ಎರಡೂ ಮಕ್ಕಳನ್ನು ಹಿಡಿದು ಅಂಗಣಕ್ಕೆ ಹೋಗಿ ಅವುಗಳನ್ನು ಆಡಿಸುತ್ತ ನಿಲ್ಲುವಳು. ಅಷ್ಟರಲ್ಲಿ ಜ್ಯೇಷ್ಠ ಪುತ್ರನು ಹಾಸಿಗೆಯಿಂದೇಳುವನು. ಆ ಹುಡುಗನಿಗೆ ಪುಸ್ತಕಗಳನ್ನು ಕಂಡರೆ ಕೋಪ. ಎದ್ದೊಡನಯೇ ಅಲ್ಲಿ ಇಲ್ಲಿ ನೋಡುವನು. ಏನಾದರೂ ಕಾಗದವು ಸಿಕ್ಕಿತೆಂದರೆ ಹರಿದು ಚೂರು ಮಾಡಿ ಚೆದರಿದರೆ ಅವನಿಗೆ ಆನಂದ. ಒಂದು ದಿನ ತಂದೆಯು ರಾತ್ರಿ ಓದಿ ಮುಗಿಸಿದ ಕಾದಂಬರಿಯೊಂದು ಅವನ ಕೈಗೆ ದೊರೆಯಿತು. ಅದನ್ನು ನಗುತ್ತ ಕಿತ್ತುಕೊಂಡು ತಂದನೇ. ತಂದವನೇ ಹರಿದು ನಾಲ್ಕು ದಿಕ್ಕಿಗೂ ಎಸೆದು ಅಲ್ಲಿಂದೆದ್ದನು. ಇಷ್ಟಕ್ಕೆ ವ್ಯಾಸನನ್ನು ಟೆನ್ನಿಸ್ ಆಟಕ್ಕೆ ಒಯ್ಯಲು ಒಬ್ಬರಲ್ಲ ಒಬ್ಬರು ಮಿತ್ರರು ಬರುವರು. ವ್ಯಾಸನೆಂದರೆ ಟೆನ್ನಿಸಿನಲ್ಲಿ ಪ್ರವೀಣ. ಹೀಗಾಗಿ ಅವನಿಗೆ ಆಟದ ಗೆಳೆಯರು ಬಲು ಮಂದಿ. ಅವರು ಬಂದವರು ದಾಕ್ಷಿಣ್ಯ ಮಾಡದೆ – "ಏ.... ಮಹಾರಾಯ – ಏಳೋ.... ಗಂಟೆ ಬಾರಿಸಿತು" ಎನ್ನುವರು. ವ್ಯಾಸನು ಮೆಲ್ಲನೆ ಕಣ್ಣು ಹಿಚುಕಿಕೊಂಡೇ ಏಳುವನು. ಬೆಳಕನ್ನು ಕಾಣುತ್ತಲೇ 'ಚಾ' ಸ್ಮರಣೆಯು ಅವನ ಧ್ಯಾನ.... "ಏ ಎಲ್ಲಿ ಸತ್ತಿದ್ದೀಯಾ. ಚಾ ಆಗಿದೆಯೇ.... ಎರಡು ಕಪ್ ತಾ ನೋಡುವಾ" ಎನ್ನುವನು. ಸುನಂದೆಯು ಅವಸರದಿಂದ ಮಕ್ಕಳನ್ನು ಅಲ್ಲೇ ಬಿಟ್ಟು ಅಡುಗೆ ಮನೆಗೆ ಓಡಿ ಸ್ಟವ್ ಹೊತ್ತಿಸಿ ಚಾ ಸಿದ್ಧತೆ ಮಾಡುವಳು. ರಾಯರು ಮುಖ ತೊಳೆಯುವುದರೊಳಗೆ– 'ಇವತ್ತು ಆಗುವುದೇ?' ಎಂದು ಕೇಳುವರು. ಅಂತು ಅವಸರದಿಂದ 'ಚಾ' ಮೇಜಿನ ಮೇಲೆ ಬರಲು, ಗೆಳೆಯರೊಂದಿಗೆ ಗಬಗಬನೆ ಅದರ ಪಾನವಾಗುವುದು. ಅದರಲ್ಲಿ ಸಕ್ಕರೆ ಕಡಿಮೆಯಾದರೆ, ಇಲ್ಲವೆ ಹುಡಿ ಕಡಿಮೆಯಾದರೆ, ಗೆಳೆಯರ ಮುಂದೆಯೇ 'ನಿಮ್ಮಲ್ಲಿ ಈ ರೀತಿಯ ಕಷಾಯ ಮಾಡಲು ಬಂದೀತೇ' ಎಂದು ಕೇಳಿ ಬಿಡುವನು.

ಚಾ ಪಾನವಾಗುವ ಗಳಿಗೆಗೆ ಸರಿಯಾಗಿ ಬಂದ ಗೆಳೆಯನು 'ಏನು ವ್ಯಾಸರಾವ್... ನಿಮ್ಮ ಮನೆಯಲ್ಲಿ ದನ ಕಟ್ಟುವುದು ಒಳಗೇ, ಹೊರಗೇ' ಎಂದು ಕೇಳುವನು. ವ್ಯಾಸರಾಯನ ಸೂಕ್ಷ್ಮಬುದ್ಧಿಗೆ ಅದರ ಅರ್ಥವು ಹೊಳೆದು–'ಸುನಂದಾ ಇಲ್ಲಿ ಬಾ' ಎಂದು ಕಟ್ಟಪ್ಪಣೆಯಾಗುವುದು. ಬಂದೊಡನೆಯೇ 'ನಿನಗೆ ಕಣ್ಣಿದೆಯೇ?' ಎಂದು ಬಿದ್ದ ಕಾಗದದ ಚೂರುಗಳನ್ನು ತೋರಿಸಿ 'ಇಂದು ಸಂಜೆಯೊಳಗಾದರೂ ಒಮ್ಮೆ ಗುಡಿಸಿಬಿಡು' ಎನ್ನುವನು. ಸುನಂದೆಯ ಮುಖವು ಹಿಮಗಡ್ಡೆಯಾಗುವುದು.

ಸರಿ, ಪತಿರಾಯರ ನಿರ್ಗಮನವಾಗಲು ಕಸ ತೆಗೆಯುವೆನೆಂದು ಯೋಚಿಸುವ ಗಳಿಗೆಯಲ್ಲಿ, ವ್ಯಾಸನಿಗೆ ಹಿಂದಿನ ದಿನ ಎರವಾಗಿ ತಂದ ಕಾದಂಬರಿಯ ನೆನಪಾಗಿ ತಿರುಗಿ ಬಂದು ಹುಡುಕಿದರೆ ಅದೆಲ್ಲಿ ಸಿಗಬೇಕು? 'ಎಲ್ಲಿಟ್ಟಿದ್ದೀಯೋ? ಈಗ ಓದಲಿಕ್ಕೆ ತೊಡಗಿದೆಯೇನು?' ಎಂದು ರೇಗುವನು. ಸುನಂದೆಯು 'ಏನು? ಎಂಥದು' ಎಂದು ಹುಡುಕುವಳು. ಅದರ ಒಂದು ಹಾಳೆಯು ವ್ಯಾಸನ ಕಣ್ಣೆದುರಿಗೆ ಬಿದ್ದಿರುವುದನ್ನು ಕಂಡು. ಅವನ ಆವೇಶವು ಒಂದಕ್ಕೆ ನೂರಾಗುವುದು. 'ಅಲ್ಲ, ನೀನಾಯಿತು – ನಿನ್ನ ಮಕ್ಕಳಾಯಿತು. ಮನೆಯಲ್ಲಿ ಇದ್ದು ನೀನು ಮಾಡುವುದೇನು? ಒಂದು ಗಳಿಗೆ ಮಕ್ಕಳು ತಂಟೆ ಮಾಡದಂತೆ ನೋಡಬಾರದೇ?' ಎಂದು ಕಿಡಿಕಿಡಿಯಾಗಿ 'ಹೇಳಿ ಪ್ರಯೋಜನವಿಲ್ಲವೆಂದು' ತನ್ನ ಅದೃಷ್ಟವನ್ನು ಹಳಿದು ಹೊರಟರೆ ತಿರುಗಿ ಬರುವಾಗ ಹನ್ನೊಂದು ಗಂಟೆ ಬಾರಿಸುವುದು.

ಅಷ್ಟರಲ್ಲಿ, ಚಿಕ್ಕ ಅಡುಗೆ ಮಾಡಿ, ಬಿಸಿನೀರು ಕಾಯಿಸಿ, ಮಕ್ಕಳಿಗೆಲ್ಲ ಉಣಿಸಿ ಮಲಗಿಸಿಬಿಡಬೇಕು. ಊಟಕ್ಕೆ ಬರುವ ಗಳಿಗೆಯಲ್ಲಿ ಮಕ್ಕಳು ಚಿಲಿಪಿಲಿಯೆಂದರೆ ಅವುಗಳ ಗತಿ ಮುಗಿಯಿತು. ಅಂತು ಸುನಂದೆಗೆ ಬೇರೆ ಕೆಲಸವೇನು? ಮುನಸೀಫಿ ಇದೆಯೇ? ಅಷ್ಟನ್ನು ಮಾಡಿ ಪತಿಗಾಗಿ ಕಾದಿರುವಳು. ಅವನು ಬರುವಾಗ ಗೆಳೆಯನೊಬ್ಬನು ತಗಲಿಕೊಂಡು ಬಂದರೆ, ಇವರೆಲ್ಲರಿಗೆ ಬಡಿಸಿ ಅವರು ಹೊರಟು ಹೋದ ಬಳಿಕ, ತನಗಾಗಿ ಒಂದಿಷ್ಟು ಗಂಜಿಮಾಡಲು ನೀರಿರಿಸಿದರೆ ಆಯಿತು. ಇದಕ್ಕೆ ಮೊದಲು ಊಟದ ಕಾಲದಲ್ಲಿ 'ನಳಪಾಕ' ಎಂಬ ಬಿರುದು ನಿತ್ಯವೂ ಬರುತ್ತಿತ್ತು. ಅವಳ ಯತ್ನಕ್ಕೆ ಅಷ್ಟಾದರೂ ಪ್ರಶಂಸೆ ಬೇಡವೇನು?

ಸರಿ, ಇಷ್ಟೆಲ್ಲ ಕೆಲಸ ಮಾಡಿ ಒಂದು ನಿಮಿಷ ವಿಶ್ರಾಂತಿ ತೆಗೆದುಕೊಳ್ಳುವಾ ಎಂದು ಗೋಡೆಗೆ ಒರಗಿ ಕುಳಿತುಕೊಂಡರೆ – 'ಅಮ್ಮ ರಾಯರಿಗೆ' ಎನ್ನುವ ಒಬ್ಬ ಹುಡುಗನು ಬರುವನು. ಅವಸರದಿಂದ ಎದ್ದು ತಿರುಗಿ ಒಲೆಯ ಮುಂದಕ್ಕೆ ಓಡಿ, ನೀರಿರಿಸಿ ಕಾಫಿ ಮಾಡಿ, ಜತೆಯಲ್ಲಿ ಒಂದಿಷ್ಟು ತಿಂಡಿಯನ್ನು ತಯಾರಿಸಿ ಕಳುಹಿಸಿ ಕೊಡಬೇಕು. ಈ ಅಮ್ಮನಿಗೆ ಆಲಸ್ಯ ಹೆಚ್ಚೆಂದು ಈಗೀಗ ಹುಡುಗನು ವೇಳೆಗೆ ಮೊದಲೇ ಬಂದು ಚುಚ್ಚುತಿದ್ದನು.

ಉಪಾಹಾರದ ಅಂಕವು ಮುಗಿಯುವಾಗ, ಮಕ್ಕಳು ತುತ್ತೂರಿ ಹಿಡಿಯುವುವು. ಅದರ ಮೊದಲೇ ಅವಕ್ಕೆ ತಿಂಡಿ ತಿನಿಸನ್ನು ಕೊಟ್ಟು ಆಡುತ್ತ ಕುಳಿತುಕೊಳ್ಳುವ ಅಂದರೆ, ಹಾಳಾದ ಸೂರ್ಯನು ಕೆಂಪಾಗಿ ಮುಣುಗಿ ಬಿಡುವನು. ಸರಿ; ರಾತ್ರಿಯ ಅಂಕವು ಬರುವುದು. ಯಜಮಾನರು ದಣಿದು ಬರುವುದರೊಳಗೆ ಒಂದು ಅಡುಗೆಮಾಡಿ, ಮೊದಲು ಮಕ್ಕಳಿಗುಣಿಸಿ ಅವುಗಳನ್ನು ಮಲಗಿಸಿ ಜೋ ಜೋ ಮಾಡುತ್ತ ಕುಳಿತರಾಯಿತು. ವ್ಯಾಸನು ಕೋರ್ಟಿನಿಂದ ನೇರಾಗಿ ಟೆನ್ನಿಸು ಆಡಲು ನಡೆಯುವನು. ಸಂಜೆ ಆಟ ಉಪಾಹಾರಾದಿಗಳು ಮುಗಿದು ಕ್ಲಬ್ಬಿಗೆ ಬಂದು, ಅಲ್ಲಿನ ಬ್ರಿಜ್, ದಾಡ್ ಫೀಡ್ ಮಂಡಳದಲ್ಲಿ ಭಾಗವಹಿಸುವನು. ಅದರಲ್ಲಿಯೂ ಅವನು ಮುಂದೆಯೇ; ಅಲ್ಲಿಂದ ಅವರು ಎದ್ದು ಹೊರಡುವಾಗ, ಕ್ಲಬ್ಬಿನ ಜವಾನರೊಬ್ಬೊಬ್ಬರಿಗೆ ಆರಾರು ನಿದ್ರೆಗಳಾಗುವುವು. ಅಂತು ಅವರು ಕದವಿಕ್ಕುವರಲ್ಲ ಎಂಬ ಬೇಸರದಿಂದ, ಎದ್ದು ರಾತ್ರಿ ಒಂಭತ್ತು, ಒಂಭತ್ತುವರೆಯೊಳಗಾಗಿ ಗೃಹವನ್ನು ಸೇರುವರು. ಬಂದೊಡನೆಯೇ ಸುನಂದೆಯು ಕಾಲನ್ನು ತೊಳೆಯಲು ಇಷ್ಟು ನೀರನ್ನು ಕೊಡುವಳು. ಕಾಲನ್ನು ತೊಳೆದು ಉಸ್ಸೆಂದು ಊಟಕ್ಕೆ ಕುಳಿತುಕೊಳ್ಳುವನು. ರಾತ್ರಿ ಊಟದ ಕಾಲದಲ್ಲಿ ಸುನಂದೆಗೆ ಇನ್ನಷ್ಟು ಬೈಗಳು. ಉಣ್ಣುತ್ತಾ ಉಣ್ಣುತ್ತಾ ವ್ಯಾಸನು ತನಗಿರುವ ಸಂಗೀತ ಪ್ರಾಜ್ಞತೆಯನ್ನು 'ಸಾರು ನೀರಿನ ಒಳಗೋ, ನೀರು ಸಾರಿನ ಒಳಗೋ... ಸಾರು ನೀರುಗಳೆರಡು ಸಂಸಾರದೊಳಗೋ' ಎಂದು ತೋರಿಸಿ ಪುರಂದರದಾಸನನ್ನು ನಾಚಿಸುವನು. ಸರಿ, ಅಂತು ಇಂತು ಊಟದ ಶಾಸ್ತ್ರ ಮುಗಿಯಲು ರಾಯರ ಆಫೀಸು ರೂಮಿಗೆ ಬಂದು ಇಸಿಚೆಯರನ್ನು ಎಳೆದು ಅಂದಿನ ವರ್ತಮಾನ ಪತ್ರಿಕೆಗಳನ್ನೋ ರಿಕಾರ್ಡುಗಳಿದ್ದರೆ ಅವುಗಳನ್ನೋ ಓದುತ್ತ ಕುಳಿತುಕೊಳ್ಳುವನು.

ಸುನಂದೆಯು ತಾನು ಊಟಮಾಡಿ, ಅಡುಗೆ ಮನೆಯನ್ನು ಚೊಕ್ಕಟವಾಗಿರಿಸಿ ಉಸ್ಸೆಂದು ಪತಿಸಾನ್ನಿಧ್ಯಕ್ಕೆ ಬರುವಳು. ಹಗಲೆಲ್ಲ ಮೌನದಿಂದ ಕಳೆದ ಅವಳು, ಚಿಕ್ಕ ನಗುವನ್ನು ನಗುತ್ತ ಗಂಡನ ಬಳಿ ನಿಂತು... 'ಅದೇನೋ ಯುದ್ಧವಾಗುತ್ತದಂತಲ್ಲಾ... ಏನು' ಎಂದು ವರ್ತಮಾನ ಕೇಳುವ ಆಸೆಯಿಂದ ಬಾಯಿ ತೆರೆಯುವಳು. ಅಂತು, ಒಂದಲ್ಲ ಒಂದನ್ನು ಕೇಳಿ ಪತಿಯ ಅಧ್ಯಯನ ಭಂಗ ಮಾಡುವುದು ಅವಳ ಹಣೆಯ ಬರಹ. ಅದಕ್ಕೆ ವ್ಯಾಸನು ಸಿಟ್ಟಾಗಿ 'ಅಹುದು ಯುದ್ಧವಾಗುತ್ತದೆ; ಗಂಡಹೆಂಡಿರಲ್ಲಿ' ಎಂದು ಉತ್ತರವಿತ್ತರೆ, ಸುನಂದೆಯ ಸ್ವರ ಗಂಟಲೊಳಗೇ ಇಳಿಯುವುದು. 'ಯುದ್ಧವಾಗುತ್ತದೆ' ಅಂದರೆ 'ಗಂಡಹೆಂಡಿರಲ್ಲಿ' ಎಂದು ಉತ್ತರ, 'ಈಗ ಮಹಾತ್ಮಗಾಂಧಿ ಏನು ಮಾಡುತ್ತಾನೆ?' ಅಂದರೆ 'ನನ್ನಂತೆ ಜೈಲಿನಲ್ಲಿದ್ದಾನೆ' ಎಂದು ಉತ್ತರ.... 'ತಂದೆಯವರು ನಾಲ್ಕು ದಿನಕ್ಕಾದರೂ ಮಕ್ಕಳನ್ನು ಕಟ್ಟಿಕೊಂಡು ಬಾ ಎಂದಿದ್ದಾರೆ' ಎಂದರೆ 'ಹೌದೇ ಯಾವ ಹೊಟೇಲು ಚೆನ್ನಾಗಿದೆ' ಎಂದು ಕೆಲವು ರಾಮಬಾಣದಂತಹ ಉತ್ತರಗಳಿರುತ್ತಿದ್ದುವು. ಅವುಗಳಿಂದ ತೃಪ್ತಿಯಾಗಿ ಸುನಂದೆಯು ತನ್ನ ಹಾಸಿಗೆಯ ಮೇಲೆ ಮಲಗಿಬಿಟ್ಟರೆ ಏಳುವಾಗ ಬೆಳಿಗ್ಗೆ...

ಎಂದು ಲೆಕ್ಕ! ಇಷ್ಟೆಲ್ಲಾ ಈ ಸಂಸಾರದ ಒಂದು ದಿವಸದ ಲೇವಾದೇವಿ. ಇದಕ್ಕೆ ೩೦ ರಿಂದ ಗುಣಿಸಿದರೆ ಒಂದು ತಿಂಗಳಿನದು. ಅದಕ್ಕೆ ೧೨ ರಿಂದ ಗುಣಿಸಿದರೆ ಒಂದು ವರುಷದ್ದು. ಸುನಂದೆಯ ಲೆಖ್ಖದ ಪುಸ್ತಕದಲ್ಲಿ ೮ ವರುಷ ೬ ತಿಂಗಳು ೧೨ ದಿನಗಳ ಲೇವಾದೇವಿಯಿದೆ! ವರುಷ, ತಿಂಗಳು, ದಿನ – ಹೆಚ್ಚು ಕೇಳಿದರೆ ತಾಸು–ಎಲ್ಲವುಗಳ ಲೆಕ್ಕಾಚಾರ ಅವಳಿಗುಂಟು. ಚಿತ್ರಗುಪ್ತನ ಮಗಳಾಗಿ ಹಿಂದಿನ ಜನ್ಮದಲ್ಲಿ ಹುಟ್ಟಿದ್ದಳೋ ಏನೋ!

ಒಂದು ದಿನ ಸುನಂದೆಗೆ ರಜೆ ಬಂದಿತು. ಏಕೋ ಏನೋ ಅವಳಿಗೆ ಮೆಲ್ಲನೆ ಜ್ವರ ತೊಡಗಿತು. ಆದರೆ ವ್ಯಾಸರಾಯನಲ್ಲಿ ತಿಳುಹಲು ಅಂಜಿಕೆ ಜ್ವರವೆಂದು ಬಾಯಿ ತೆರೆದರೆ 'ಅದು ಸಹಜವೇ.... ಬಿಸಿಲು ಕಂಡರೆ ಜ್ವರ, ರಾತ್ರಿ ಕಂಡರೆ ಶೀತ' ಎನ್ನುವನೇನೋ. ಜ್ವರದಲ್ಲೇ ತನ್ನ ದಿನಚರಿ ಸಾಗಿಸಿದಳು. ಐದನೆಯ ದಿನ ತಾಪವು ಅಧಿಕವಾಗಿತ್ತು. ಮೈಸೋತಿತ್ತು. ಪತಿಗೆ ಬಡಿಸುವಾಗಲೇ ಮೂರ್ಛೆ ಬಿದ್ದಳು. ವ್ಯಾಸನು ಗಾಬರಿಯಾಗಿ ವೈದ್ಯರನ್ನು ಹೇಳಿ ಕಳುಹಿಸಿದನು. ಅವರು ಬಂದು ಬೇಗನೇ 'ವಿಷಮಜ್ವರ'ವೆಂದು ನಾಮಕರಣ ಮಾಡಿದರು. ಸುನಂದೆಯಾಗಿದ್ದರೆ ಬರೇ 'ಜ್ವರ'ವೆನ್ನುತ್ತಿದ್ದಳು. ಇವರು ಪಂಡಿತರಲ್ಲವೇ? 'ವಿಷಮಜ್ವರ' ಎಂದರು. ಹೀಗಾಗಿ ಅವಳ ಚಾರ್ಜು ಆಕ್ಟಿಂಗ್ ಅಡುಗೆ ಹುಡುಗನಿಗೆ ದೊರೆಯಿತು. ಡಾಕ್ಟರರು ಅಂಜಿಸಿದ್ದರಿಂದ ಸುನಂದೆಯ ಹತ್ತಿರ ಕೆಲಸವನ್ನು ಹೇಳುತ್ತಲಿದ್ದಿಲ್ಲ. ಆದರೂ ಮಕ್ಕಳು 'ಅಮ್ಮಾ' ಎಂದಾಗ, ಕಾರಣ ಅವಕ್ಕೆ 'ಅಪ್ಪಾ' ಎನ್ನುವ ಪರಿಪಾಠವೇ ಇದ್ದಿರಲಿಲ್ಲ, ಅವನ್ನು ಎತ್ತಿ ಆಡಿಸಿ ಬಟ್ಟೆಬರೆಗಳನ್ನು ಕೆಡಿಸಿಕೊಂಡವನಲ್ಲ. ಒಂದೋ ಅವೇ ತಣ್ಣಗಾಗಬೇಕು, ಇಲ್ಲವೇ ಅಡುಗೆ ಹುಡುಗನು ಕನಿಕರದಿಂದ ಅವನ್ನು ಎತ್ತಿಕೊಳ್ಳಬೇಕು.

ಒಂದು ದಿನ ವ್ಯಾಸರಾಯನು, ಸುನಂದೆಯು ಮಲಗಿದ್ದ ಮಗ್ಗುಲು ಕೊಠಡಿಯಲ್ಲಿ ಓದುತ್ತಾ ಮಲಗಿದ್ದನು. ಒಳ್ಳೇ ರಸವತ್ತಾದ ಕಥೆ. ಹಿಡಿದರೆ ಬಿಡುವಂತಿಲ್ಲ. ಆ ಗಳಿಗೆಗೆ ಸರಿಯಾಗಿ ಸುನಂದೆಯ ನಡುವಿನ ಮಗು 'ಅಮ್ಮಾ' ಎಂದು ಕಿರುಚಿ ಬಿಟ್ಟಿತು. ಅದರ ಧ್ವನಿಯಿಂದ, ಕೈಮಗುವೂ ಎಚ್ಚರಗೊಂಡು ಅಳತೊಡಗಿತು. ವ್ಯಾಸನಿಗೆ ಕೇಳುವುದಕ್ಕಾಗಲಿಲ್ಲ.... 'ಏನೇ ಎಲ್ಲಿ ಸತ್ತಿದ್ದೀಯಾ?' ಎಂದು ಸಿಟ್ಟಿನಿಂದ ಕೂಗಿಬಿಟ್ಟನು. ಅವರ ರಣಘರ್ಜನೆಯು ಸುನಂದೆಯ ಕಿವಿಗೆ ಮುಟ್ಟಿತು. ಅಲ್ಲೇ ಅಳತೊಡಗಿದಳು. ಅವಳಿಗೆ ಔಷಧವನ್ನು ಕೊಡಲು ಅಡುಗೆ ಹುಡುಗನು ಬಂದನು. ಅವನ ಕಿವಿಯಲ್ಲಿ 'ಯಜಮಾನರನ್ನು ಬರಹೇಳು. ಬಳಿಕ ನೀನು ಕೂಸನ್ನು ಸ್ವಲ್ಪ ಆಡಿಸು' ಎಂದಳು. ಅವನು, ಓದುತ್ತಿದ್ದ ರಾಯರಿಗೆ ತೊಂದರೆ ಕೊಟ್ಟು ಸುದ್ಧಿ ತಿಳಿಸಿ ಮಕ್ಕಳನ್ನಾಡಿಸಲು ಓಡಿದನು. ವ್ಯಾಸರಾಯರು ಜಿಗುಪ್ಸೆಯಿಂದ 'ಸಾಕಪ್ಪ ಸಂಸಾರ' ಎಂದು ಪತ್ನಿಯ ಬಳಿಗೆ ಬಂದು 'ಏನು ಕರೆಯಿಸೋಣಾಯಿತು' ಎಂದನು. ಆದರೆ ಸುನಂದೆಯ ಕಪೋಲವನ್ನು ತೊಳೆದ

ಕಣ್ಣೀರ ಧಾರೆಯು ಕಾಣಿಸಿತು. ಸ್ವರವು ಅಡಗಿ ಮೆಲ್ಲನೆ 'ಏನು ಬರಹೇಳಿದೆ' ಎಂದನು. ಸುನಂದೆಯು ಕಣ್ಣನ್ನು ತೆರೆದಳು. ಎದುರಿಗಿರುವವನು ತನ್ನ ಇಹಜೀವನದ ನಾಥನು. ಅವಳಿಗೆ ದುಃಖವು ಉಕ್ಕಿ ಬಂದಿತು. ಗದ್ಗದಿತ ಕಂಠದಿಂದ – 'ಅವು ಯಾರ ಮಕ್ಕಳು? ಈಗ ಕೂಗಿದವಲ್ಲ ಅವು. ನನ್ನವೇ, ನಿಮ್ಮವೇ?' ಎಂದಳು. ಅದೇ ಅವಳು ತನ್ನ ಪತಿದೇವನೊಡನೆ ಆಡಿದ ಕೊನೆಯ, ತೀರ ಕೊನೆಯ ಮಾತುಗಳು.

■

ಸಾವಿರಕ್ಕೊಬ್ಬಳು

ನಿಜಕ್ಕೂ ಅನ್ನುವರು ಅಂಥವಳಿರುವುದು ಸಾವಿರಕ್ಕೊಬ್ಬಳು – ಎಂದು. ದೇವಮ್ಮನಂಥವಳು ಸಾವಿರಕ್ಕೊಬ್ಬಳೇ – ಅಂತೆ! ಇರಲೂಬಹುದು. ದೇವಮ್ಮ ಹುಟ್ಟುವಾಗ ತಕ್ಕ ಮಟ್ಟಿನ ರೂಪವನ್ನು ತೆಗೆದುಕೊಂಡೇ ಹುಟ್ಟಿದ್ದಳು. ಸರಿ, ಹುಟ್ಟಿ ೮ – ೧೦ ವರುಷಗಳಾಗುವುದರಲ್ಲಿಯೇ ಅವಳನ್ನು ಒಬ್ಬ ಗಂಡಯ್ಯನ ಕೊರಳಿಗೆ ಕಟ್ಟಿದರು. ಈ ಗಂಡಯ್ಯನ ಹೆಸರು ಗುಂಡಪ್ಪನೆಂದು. ಗುಂಡಪ್ಪನು ಮಂಗಳೂರಿನ ಛಾಪಖಾನೆಯೊಂದರಲ್ಲಿ ಮೊಳೆ ಜೋಡಿಸುವ ವೃತ್ತಿಯಲ್ಲಿರುವನು. ಅವನಿಗೀಗ ಇಪ್ಪತ್ತೆರಡು ವಯಸ್ಸು. ತೀರ ಅಭಿಮಾನಿಯವನು. ಅಭಿಮಾನವು ಇದ್ದಂತೆ, ಶರೀರವೂ ಸ್ವಲ್ಪ ದುರ್ಬಲವಾಗಿತ್ತು. ಅವನ ತಂದೆಯು ತಪ್ಪಿ ಅವನಿಗೆ ನಾಲ್ಕು ಬರಹಗಳನ್ನು ಹೇಳಿಕೊಟ್ಟುದರಿಂದ, ಅವನ ವರ್ಗದ ಮಿಕ್ಕ ತರುಣರಂತೆ ಕೂಲಿ ದುಡಿತಕ್ಕೆ ಹೋಗದೆ ಅವನು ಛಾಪಖಾನೆಯಲ್ಲಿ ಮೊಳೆ ಜೋಡಿಸಲು ನಿಂತನು. ಈಗ ಅವನಿಗೆ ತಿಂಗಳೊಂದರ ಹದಿನೆರಡು ರೂಪಾಯಿಗಳ ತಲಬು ಸಿಗುತ್ತಿದೆ. ಗುಂಡಪ್ಪನ ಸಂಸಾರ ಮಾತ್ರ ಹದಿನೆರಡರ ಇಮ್ಮಡಿಯದು. ಮನೆಯಲ್ಲಿ ಅವನ ಮುದುಕಿ ತಾಯಿ, ಕಾಲಿಲ್ಲದ ಒಬ್ಬಳು ಅಕ್ಕ–ಎಲ್ಲವೂ ಚೆನ್ನಾಗಿರುವ ದೇವಮ್ಮ. ಇನ್ನು ಅವನದೇ ಎಂಬುವ ಕೂಸೊಂದಿದೆ. ಆದರೆ ದೇವಮ್ಮನು ಬಂದ ಬಳಿಕ ಮನೆಯ ಆಯವು ಊಟಕ್ಕೆ ಸಾಲದಾಯಿತಾದರೂ, ಮನೆಯಲ್ಲಿ ಜಗಳಕ್ಕೆ ಕಡಿಮೆಯಿರಲಿಲ್ಲ. ದೇವಮ್ಮನು ಬರಲಾಗಿ, ಗುಂಡಪ್ಪನ ಪ್ರೀತಿಯ ಹಿರಿ ಭಾಗವು ಅವಳ ಮೇಲೆ ಹರಿಯಿತು. ಕೂಸೊಂದು ಹುಟ್ಟಲು ಅದರ ಪಾಲಿಗೂ ಸ್ವಲ್ಪ ಸೇರಿತು. ಇನ್ನುಳಿದ ಅಂಶ – ಸಾಕಿ ಸಲಹಿದ ತಾಯಿಯ ಪಾಲಿಗೆ ಸಂದಿತು. ಯಾರ ಪಾಲಿನದೋ ಪ್ರೀತಿ ಅವನ ಕುಂಟು ಅಕ್ಕನಿಗೆ ಸಲ್ಲುತ್ತಿತ್ತು.

ಅದೀಗ ಲೋಪವಾದುದನ್ನು ಕಂಡು, ಅವಳು ತಮ್ಮನ ಮೇಲೆ ರೇಗತೊಡಗಿದಳು. ಸಾಲದುದಕ್ಕೆ ದೇವಮ್ಮನೊಡನೆ ದಿನಕ್ಕೆ ಹತ್ತು ಜಗಳಗಳನ್ನು ತೆಗೆಯತೊಡಗಿದಳು. ಆದರೆ ದೇವಮ್ಮನಿಗೆ ಗಂಡನಿಲ್ಲದಾಗ ಗಂಟಲಿನಿಂದ ಸ್ವರವೇ ಹೊರಡುತ್ತಿರಲಿಲ್ಲ. ಹೊರಟರೂ ಅತ್ತಿಗೆಯ ದುಂದುಭಿಯ ಮುಂದೆ ಯಾರಿಗೂ ಅದು ಕೇಳಿಸುವಂತಿರಲಿಲ್ಲ. ಬಾಯಿಜಗಳದಲ್ಲಿ ಸ್ಪರ್ಧಿಗಳಾಗಿ ನಿಲ್ಲಬೇಕಾದವರಿಗೆ ಶಂಖವಾದ್ಯದ ಶಕ್ತಿ ಬಲವಾಗಿರ 'ಬೇಕಲ್ಲವೇ! ಅದು ದೇವಮ್ಮನಿಗಿರಲಿಲ್ಲ. ಆದುದರಿಂದ ತಾನು ಕೇಳಿದುದನ್ನೆಲ್ಲ, ತನ್ನ ಯಜಮಾನನು ಮನೆಗೆ ಬಂದೊಡನೆಯೇ ಅವನ ಕಿವಿಯ ಮೇಲೆ ಹಾಕುವಳು. ಇತ್ತ ಗುಂಡಪ್ಪನಿಗೆ ಮನೆಯ ಹರಟೆಯು ಬೇಕಿದ್ದಿರಲಿಲ್ಲ. ಅವನಿಗೆ ಅಕ್ಕನ ಮೇಲೆ ಪ್ರೇಮವೂ ಇದ್ದಿತು. ಇತ್ತ ಹಗಲೆಲ್ಲಾ ಛಾಪಖಾನೆಯಲ್ಲಿ ಸೀಸದ ಮೊಳೆಗಳನ್ನು ಜೋಡಿಸಿ, ಜೋಡಿಸಿ ಮಾತು ಬರುವಂತೆ ಮಾಡುವುದರಲ್ಲೇ ಊಜಿ ಬಿಟ್ಟ ಮಾವಿನ ಹಣ್ಣಿನಂತಾಗುತ್ತಿದ್ದನು. ತಿರುಗಿ ಮನೆಗೆ ಬಂದೊಡನೆಯೇ – ಪಂಚಾಯಿತಿ ಕೋರ್ಟನ್ನು ತೆರೆಯಲು ಅವನು ಸಿದ್ಧನಿರಲಿಲ್ಲ. ಹಲವು ದಿವಸಗಳನ್ನು ನ್ಯಾಯ ತೀರ್ಮಾನದಲ್ಲಿ ಕಳೆದನು. ತಪ್ಪು ಅಧಿಕವಾಗಿ ಅಕ್ಕನದೆಂದು ತೋರಿತು. ಆದರೇನು? ಸುಮ್ಮನಾದನು. ಒಡಹುಟ್ಟಿದವಳನ್ನು ತಾಯಿಯ ಕಣ್ಣಮುಂದೆಯೇ ಗದರಿಸಲಾರದೆ ಹೋದನು. ಇತ್ತ ಅವಳ ಪಾಲಿಗೆ ಒಂದು ದಿನ ಅವಳು ತಾನಾಗಿ 'ನಿಮ್ಮ ತಂಟೆ ಬೇಡ. ನಾನು ನನ್ನ ಮಾವನ ಮನೆಗೆ ಹೋಗುತ್ತೇನೆ' ಎಂದು ಹೊರಟೇ ಹೋದಳು. 'ಅಕ್ಕ, ಸಿಟ್ಟಾಗಿ ಹೊರಟು ಹೋಗಬೇಡ' ಎನ್ನುವ ಮನಸ್ಸು ಗುಂಡಪ್ಪನಿಗೆ ಬಂದಿತು. ಆದರೆ ಪ್ರಸಂಗವು ಸಂಬಳದ ದಿನ ಸಂಜೆ ಬಂದುದು. ಬರುವ ಸಂಬಳ ೧೨ ರೂಪಾಯಿಗಳು ಮಾತ್ರ ಎಂದು ತಿಳಿದುದರಿಂದ ಸುಮ್ಮನಾದನು.

ಮುಂದೆ ಅವನ ಸಂಸಾರದಲ್ಲಿ ಜಗಳಗಳಿದ್ದಿಲ್ಲ. ಆದರೆ ತನ್ನ ಕಿಸೆಯು ಸಂಸಾರಕ್ಕೆ ಸಾಲದೆಂಬುದು ತಿಳಿಯುತ್ತ ಬಂದಿತು. ಅಂತು ಸುದೈವಕ್ಕೋ, ದುರ್ದೈವಕ್ಕೋ ಸರಿಯಾಗಿ ಅವನ ಮುದಿ ತಾಯಿಯು ಸತ್ತಳು. ಅವಳ ಬೊಜ್ಜಕ್ಕೆಂದು ಸ್ವಲ್ಪ ಸಾಲವನ್ನು ಮಾಡಿದನು. ಅವಳ ಮರಣದ ಬಳಿಕ ಒಂದು ಹಿಡಿ ಅಕ್ಕಿಯು ಉಳಿತಾಯವಾದರೂ, ಬೊಜ್ಜಕ್ಕೆ ಮಾಡಿದ ಸಾಲ ತೀರಿಸಲು ತಿಂಗಳಿಗೆ ಎರಡು ರೂಪಾಯಿಗಳನ್ನು ತೆಗೆದಿರಿಸಬೇಕಾಗುತ್ತಿತ್ತು.

ಈಗ ದೇವಮ್ಮಗೆ ಇಪ್ಪತ್ತು ವಯಸ್ಸು, ಗುಂಡಪ್ಪನಿಗೆ ಇಪ್ಪತ್ತೆಂಟು. ಅವರ ಸಂಸಾರದಲ್ಲಿ ಮೂವರು ಕೂಸುಗಳು ಜೀವವನ್ನು ಧರಿಸಿದುವು. ಗಂಡನಿಗಿಷ್ಟು ಅನ್ನ ಮಾಡಿ ಬಡಿಸಿದ ಬಳಿಕ ತಿರುಗಿ ಅನ್ನ ಮಾಡುವ ಗಳಿಗೆಯ ತನಕ ಈ ಮಕ್ಕಳ ಚಾಕರಿಯಾಗುತ್ತಿತ್ತು. ಇತ್ತ ದಿನೇ ದಿನೇ ಜೀವನವು ಕಠಿಣವಾಗುತ್ತ ಬಂದಿತು. ಗುಂಡಪ್ಪನು ಸಂಜೆಗೆ ಬಂದವನೇ ಮಕ್ಕಳನ್ನು ತುಸು ಹೊತ್ತು ಆಡಿಸುವನು. ಬಳಿಕ ಹೆಂಡತಿಯ ಬಳಿಯಲ್ಲಿ, ಒಲೆಯ ಮುಂದೆ ಕುಳಿತು 'ಹೌದೇ, ನಾನು ಒಬ್ಬನೇ ದಣಿದು ದುಡಿದರೆ ಏನೆಂದು ದುಡಿದೇನು! ಈ ತಿಂಗಳಿನಿಂದ ಹದಿನೈದು ರೂಪಾಯಿ ಕೊಡುತ್ತಿದ್ದಾರೆ. ಆದರೆ ಸಾಮಾನುಗಳ ಬೆಲೆ

ದುಬಾರಿಯಾಗಿ, ಒಂದು ಹೊತ್ತಿಗೂ ಸಾಲದು...' ಎನ್ನುವನು. ಹೇಗಾದರೂ ಮಾಡಿ ದೇವಮ್ಮನನ್ನು ದುಡಿತಕ್ಕೆ ಕಳುಹಿಸುವ ಮನವು ಅವನದು. ಇಬ್ಬರೂ ದುಡಿದರೆ ಬಿಗಿಯಾದ ಊಟಗಳಾದರೂ ಸಿಗುತ್ತಿದ್ದುವಲ್ಲ ಎಂಬ ಆಸೆ. ಆದರೆ ಅವಳನ್ನು ದುಡಿತಕ್ಕೆ ಕಳುಹಿಸಬೇಕೆಂದರೆ, ಮನೆಯಲ್ಲಿ ಕುಳಿತು ನೂಲುವುದಕ್ಕಲ್ಲ, ನೇಯುವುದಕ್ಕಲ್ಲ. ಮಂಗಳೂರಿನ ಹಲವು ಗೇರು ಬೀಜದ ಕಾರ್ಖಾನೆಗಳೊಂದರಲ್ಲಿ ಕೆಲಸಕ್ಕೆ. ಊರಿನಲ್ಲಿ ಗೇರು ಬೀಜವೋ, ಕಾಫಿಯೋ, ಹಂಚೋ–ಎಂದು ಎಷ್ಟೋ ಕಾರ್ಖಾನೆಗಳಿವೆ. ಅವುಗಳಲ್ಲಿ ಎಷ್ಟು ಜನರು ದುಡಿಯುತ್ತಲಿಲ್ಲ. ಅವರಲ್ಲಿಯೂ ಸ್ತ್ರೀಯರೆಷ್ಟಿಲ್ಲ? ಗುಂಡಪ್ಪನೇ ಒಮ್ಮೆ ಬಾಯ್ಬಿಟ್ಟು ಹೇಳಿದನು. 'ದೇವಮ್ಮ, ನೀನೇ ನೋಡು, ಒಂದು ಹೊತ್ತು ಊಟಕ್ಕಿಲ್ಲದೆ ಬಿದ್ದಿರುವುದು ಲೇಸೇ, ಇಲ್ಲವೇ –ಊರಿನ ಇತರರಂತೆ ನೀನೂ ಕಾರ್ಖಾನೆಗೆ ಹೋಗುವುದು ಒಳಿತೇ?' ಎಂದು ಕೇಳಿದನು. ದೇವಮ್ಮನಿಗೆ ದುಡಿಯಬಾರದೆಂದು ಇರಲಿಲ್ಲ. ಹೊಟ್ಟೆ ತುಂಬಾ ಉಣಬಾರದು ಎಂಬ ಹಟವೂ ಇರಲಿಲ್ಲ. ಆದರೆ ಸಾವಿರಾರು ಹೆಂಗಸರ ಜತೆಯಲ್ಲಿ ಕಾರ್ಖಾನೆಯಲ್ಲಿ ಕುಳಿತು ಕೈ ಮಸಿಮಾಡಿಕೊಳ್ಳುವ ಕೆಲಸಗಳಾವುವೂ ಒಪ್ಪುತ್ತಿರಲಿಲ್ಲ. ಅವಳು ಮೌನವಾದುದನ್ನು ಕಂಡು 'ಏಕೆ ಸುಮ್ಮನಾಗಿ ಬಿಟ್ಟೆ?' ಎಂದನು ಗುಂಡಪ್ಪ. ಇವಳು ಅಮ್ಮಣ್ಣಿಯೆಂದರೆ ಕಾರ್ಖಾನೆಯಿರುವ ಆ ಪ್ರಾಂತಕ್ಕೆಲ್ಲ ಗೊತ್ತು. ಅವಳು ನಾನಾ ತೆರದಿಂದ ದುಡಿಯ ಬಲ್ಲಳೆಂಬುದೇ ಅವಳ ಕೀರ್ತಿ. ಹೀಗೆ ಮಾತನಾಡಿದುದನ್ನು ಕೇಳಿದೊಡನೆಯೇ ಗುಂಡಪ್ಪನು ತಾಳ್ಮೆಗೆಟ್ಟು – ಅಮ್ಮಣ್ಣಿಯಂಥವರು ಸಾವಿರಕ್ಕೊಬ್ಬರು. ಎಲ್ಲರೂ ಹಾಗಿರುತ್ತಾರೇನು?' ಎಂದುಬಿಟ್ಟನು. ದೇವಮ್ಮ ಸುಮ್ಮನಾದಳು. ಇನ್ನು ಒಂದು ತಿಂಗಳ ತನಕ ಆ ಪ್ರಸ್ತಾಪವು ಬರಲಿಲ್ಲ. ತಿರುಗಿ ಮುಂದಿನ ತಿಂಗಳಲ್ಲಿ ಬಂದಿತು. ಆ ತಿಂಗಳಿನ ಅವಸ್ಥೆ ಬೇರೆ ಇತ್ತು – ತಂದೆತಾಯಿಗಳು ಉಂಡರೆ ಮಕ್ಕಳಿಗಿಲ್ಲ. ಮಕ್ಕಳುಂಡರೆ ತಂದೆತಾಯಿಗಳಿಗಿಲ್ಲ – ಎಂಬಂತಿತ್ತು. ದೇವಮ್ಮನೂ ಯೋಚಿಸತೊಡಗಿದಳು : ತಾವಾದರೂ ಅರೆಹೊಟ್ಟೆಯಲ್ಲಿರಬಹುದು. ನಿತ್ಯವೂ ಬೆಳೆಯುತ್ತಿರುವ ಮಕ್ಕಳನ್ನು ಅರೆಹೊಟ್ಟೆ ಕೆಡೆಯಬಾರದೆಂದು, ಅಂತು ತಾನಾಗಿ ಅದೃಷ್ಟ ಪರೀಕ್ಷೆ ಮಾಡುವೆನೆಂದು 'ನಾಳೆಯಿಂದ ಗೇರು ಬೀಜದ ಕಾರ್ಖಾನೆಗೆ ಹೋಗುತ್ತೇನೆ' ಎಂದಳು. ಗುಂಡಪ್ಪನಿಗೆ ತುಂಬಾ ಆನಂದವಾಯಿತು.

ಆಡಿದ ಮಾತಿನಂತೆ ದೇವಮ್ಮನು ಕಾರ್ಖಾನೆಗೆ ಕೆಲಸವನ್ನು ಹುಡುಕಿ ಹೋದಳು. ಅವಳ ಸುದೈವ. ಮೊದಲಿಗೆ ಕಾಲಿರಿಸಿದುದು ಬೋಳೂರಿನ ಒಂದು ಗೇರು ಬೀಜದ ಕಾರ್ಖಾನೆಯಲ್ಲಿ, ಅಲ್ಲಿಯ ಮೇಸ್ತ್ರಿಯ ಮುಂದೆ ನಿಂತೊಡನೆಯೇ ಅವನು ಯಜಮಾನರ ಬಳಿಗೋಡಿ ಸುದ್ದಿ ತಿಳಿಸಿ ಅವಳನ್ನು ಸೇರಿಸಿಕೊಂಡನು. ಆ ಸಮಯದಲ್ಲಿ ಗೇರು ಬೀಜಕ್ಕೆ ವಿಶೇಷ ಧಾರಣೆಯಿತ್ತು. ಕಾರ್ಖಾನೆಯವರು ಹಗಲು ರಾತ್ರಿ ಕೆಲಸ ಮಾಡಬೇಕೆಂದು

ನಿಶ್ಚಯಿಸಿದ್ದರು. ದೇವಮ್ಮನಿಗೆ ಹಾಗಾಗಿ ನೌಕರಿ ಸಿಕ್ಕಿತು. ತಿಂಗಳಿಗೆ ಎಂಟು ರೂಪಾಯಿಗಳ ವೇತನವು ನಿಶ್ಚಯವಾಯಿತು.

ಅಂದಿನಿಂದ ನಿತ್ಯವೂ ಅವಳು ಕಾರ್ಖಾನೆಗೆ ಬೆಳಿಗ್ಗೆ ಎದ್ದು ಹೋಗತೊಡಗಿದಳು. ಇಷ್ಟು ಅಡುಗೆ ಮಾಡಿ ಗುಂಡಪ್ಪನಿಗೂ ಮಕ್ಕಳಿಗೂ ಬಡಿಸಿ, ತಾನಿಷ್ಟು ಬುತ್ತಿ ಹಿಡಿದು ಹೊರಟರೆ ಬರುವಾಗ ಸಂಜೆಯಾಗುವುದು. ಅಲ್ಲಿಯ ತನಕ ಮನೆಯ ಯಜಮಾನಿಕೆಯು ಅವಳ ಏಳು ವರ್ಷದ ಹೆಣ್ಣು ಕೂಸಿಗೆ. ಅದರೊತ್ತಿನವಕ್ಕೆ ಐದು ವರುಷ, ಮೂರು ವರುಷ, ಪ್ರಾಯ. ಅವೆರಡು ಮಕ್ಕಳನ್ನು ಆಡಿಸುವುದು ಉಣಿಸುವುದು ಆ ಹಿರಿ ಹುಡುಗಿಯ ಜವಾಬುದಾರಿ. ಹೇಗೋ ಒದ್ದಾಡಿ ಅಷ್ಟನ್ನು ಮಾಡುತ್ತಿದ್ದಳು. ಅಂತು ತಾಯಿಯಾಗಿ, ಮಕ್ಕಳೊಡನೆ ಸುಖ ಪಡುವ ಯೋಗ ದೇವಮ್ಮಗೆ ತಪ್ಪಿದರೂ, ಅವುಗಳಿಗೆ ಹೊಟ್ಟೆ ತುಂಬಾ ಉಣಿಸನ್ನೀಯುವ ಸುಖ ದೊರೆಯಿತು. ಒಂದು ದಿನವಂತೂ ಅವಳ ನಡುವಿನ ಮಗು ಆಟವಾಡುತ್ತಿದ್ದಾಗ ಬಾವಿಗೆ ಬಿದ್ದಿತಂತೆ. ಕೊನೆಗೆ ನೆರೆಕರೆಯವರು ಕೂಡಲೇ ಕಂಡು ಬದುಕಿಸಿದುದಕ್ಕಾಯಿತು. ಇಲ್ಲದಿದ್ದರೆ ದೇವಮ್ಮನು ಮರಳುವಾಗ ಒಂದಕ್ಕೆ ಎರಡಾಗುತ್ತಿತ್ತು. ಅಂದಿನಿಂದ ತಂದೆತಾಯಿಗಳಿಬ್ಬರಿಗೂ ಯೋಚನೆ ಬಲವಾಗುತ್ತಿತ್ತು. ಒಂದು ಮಗುವಿಗೆ ಮನೆಯಿಂದ 'ಹೊರಗೆ ಕಾಲಿರಿಸಿದರೆ ಚರ್ಮ ಸುಲಿಯುತ್ತೇನೆ' ಎಂದರು. ಕಿರಿ ಮಗುವಿಗೆ ಏನೋ ಇಷ್ಟು ಔಷಧಿ ಕೊಡತೊಡಗಿದರು. ಆದರಿಂದ ಆ ಕೂಸು ಹಗಲೆಲ್ಲಾ ಅಧಿಕವಾಗಿ ನಿದ್ದೆ ಮಾಡುತ್ತಿತ್ತು. ಉಳಿದುದು ಹಿರಿಹುಡುಗಿ. ಅವಳಿಗೆ 'ಏಳು' ವಯಸ್ಸೆಂದ ಮೇಲೆ 'ತಿಳಿವಿಲ್ಲವೇ?'

ಒಂದರೆಡು ತಿಂಗಳಲ್ಲಿ ದೇವಮ್ಮನಿಗೆ ಇದು ನಿತ್ಯ ಜೀವನವಾಗಿ ಕಂಡಿತು. ಮಕ್ಕಳಿಂದ ದೂರವಿರುವುದಾಗಲಿ, ಕಾರ್ಖಾನೆಯ ಇದ್ದಲು ಹುಡಿಯನ್ನು ಸೇವಿಸುವುದಾಗಲೀ, ಜೀವನದ ಒಂದು ಅವಶ್ಯವೆನಿಸಿದ ಕೆಲಸವೆಂದು ತೋರಿತು. 'ಏನೇ ಆಗಲಿ, ಊಟಕ್ಕಾದರೂ ಚಿಂತೆಯಿಲ್ಲವಲ್ಲ' ಎಂಬುದು ಅವಳ ಸಮಾಧಾನ. ಇತ್ತ ಒಬ್ಬಳಾದರೆ ಬೇಸರ. ಸುತ್ತಮುತ್ತ ಎಲ್ಲಿ ನೋಡಿದರೆ ಅಲ್ಲಿ – ಇದೇ ರೀತಿ ದುಡಿಯುವ ಸಾವಿರಾರು ಮಂದಿ ಗೆಳತಿಯರಿರಲು ಅವಳ ಭಾಗ್ಯವೇನು ಹೆಚ್ಚು? ಇಲ್ಲವೆ ಕಡಿಮೆ? ಹೀಗಾಗಿ ನಿಜಕ್ಕೂ ಇದೇ ಸುಖಜೀವನವೆಂದು ಅವಳು ತಿಳಿಯುವುದರಲ್ಲಿದ್ದಳು. ಆದರೆ ಅಷ್ಟರಲ್ಲಿ ಒಂದು ದಿನ ವಿಚಿತ್ರ ಕಥೆಯೊಂದು ನಡೆಯಿತು. ಇವಳು ಗೇರು ಬೀಜಗಳನ್ನು ಸುಲಿಯುತ್ತಿರುವಾಗ, ಇವಳ ಸಾಲಿನಲ್ಲಿ ಕುಳಿತ ಒತ್ತಿನ ಹೆಂಗುಸೊಬ್ಬಳು, "ಮೇಸ್ತ್ರಿಯವರು ಸಂಜೆ ಕೆಲಸವಾದೊಡದೆ ತನಗೆ ಸಿಕ್ಕಬೇಕು – ಎಂದಿದ್ದಾರೆ" ಎಂದಳು. ಏಕೆಂದು ಅವಳಿಗೆ ತಿಳಿಯಲಿಲ್ಲ. ಅದೇನು ಸಂಬಳದ ದಿನವಲ್ಲ.... ಅದಕ್ಕೆ 'ಏಕಂತೆ' ಎಂದಳು. ಆಗವಳು 'ಸಂಬಳ ಹೆಚ್ಚಿಸುವುದಕ್ಕಂತೆ' ಎಂದಳು. ಅತಿ ಆನಂದವಾಯಿತು ಅವಳಿಗೆ.

ಸಂಜೆ ಕೆಲಸ ಮುಗಿಯುತ್ತಲೇ ಮೇಸ್ತ್ರಿಯ ಆಫೀಸಿಗೆ ಹೋದಳು. ಅವನೊಬ್ಬನೇ ಕುಳಿತಿದ್ದನು. ಇವಳು ಬರಲು ನಗುಮೊಗದಿಂದ 'ನಿನಗೆ ಇಂದಿನಿಂದ ತಿಂಗಳಿಗೆ ೧೦ ರೂಪಾಯಿ ಮಾಡಿದೆ' ಎಂದನು. ಅವಳಿಗೆ ತನ್ನ ಭಾಗ್ಯವನ್ನು ಸ್ಮರಿಸಿ ಆನಂದವು ಉಕ್ಕೇರಿತು. ಅಷ್ಟರಲ್ಲಿ ಅವನು 'ಏಕೆಂದು ತಿಳಿದೆಯಾ?' ಎಂದನು. ಮುಂದಿನ ಅವನ ಮಾತುಗಳನ್ನು ಬರೆಯುವಂತಿಲ್ಲ. ದೇವಮ್ಮನಿಗೆ ಸಿಟ್ಟು ಬಂದಿತು. ಅಳು ಬಂದಿತು. ಆವೇಶದಿಂದ ಹೊರಗೆ ಬಂದಳು. ಅಲ್ಲಿ, ಅವಳಿಗೆ ಸುದ್ದಿ ತಿಳಿಸಿದ ಗೆಳತಿಯ ಭೇಟಿಯಾಯಿತು. ಅವಳು ಇವಳ ಕಣ್ಣೀರನ್ನು ಕಂಡು 'ಏಕೆ ಅಳುತ್ತಿ' ಎಂದಳು. ಗೆಳತಿಯು ಇವಳನ್ನು ಸಮಾಧಾನಪಡಿಸಿದಳು. – 'ದೇವಮ್ಮ, ನಾವು ಬಡವರು. ಹೊಟ್ಟೆ ತುಂಬಬೇಕಾದರೆ ಏನನ್ನೂ ಮಾಡಬೇಕು. ನಾವೇನು ಸೀತಮ್ಮನವರೇ, ಸಾವಿತ್ರಿ ದೇವಿಯವರೇ' ಎಂದಳು. ದೇವಮ್ಮಗೆ ಸಿಟ್ಟು ಬಂದಿತು. 'ಸಾಕು ನಿನ್ನ ಮಾತು. ಅಮ್ಮಣ್ಣಿಯಂತೆ ನಾನೂ ಆಗಬೇಕೇನು? ಈ ಕಾರ್ಖಾನೆಯಲ್ಲದಿದ್ದರೆ ಇನ್ನೊಂದಿದೆ' ಎಂದಳು. ಗೆಳತಿಯು 'ನಿನಗೆ ಹುಚ್ಚು. ಬೇರೆ ಕಾರ್ಖಾನೆಗಳು ಸ್ವರ್ಗವಲ್ಲ, ಇದು ನರಕವಲ್ಲ. ಮನುಷ್ಯರಿರುವಲ್ಲಿ ಇದು ತಪ್ಪದು. ಅಮ್ಮಣ್ಣಿಯೆನ್ನುವೆ. ಅವಳೇನು ಮಾಡಬೇಕು? ಮನೆಯಲ್ಲಿ ಆರು ಮಕ್ಕಳಿರುವರು. ಅವುಗಳಿಗೆ ತಿನ್ನುವುದಕ್ಕೆ ಮಣ್ಣನ್ನು ಕೊಡುವುದೇನು?' ಎಂದಳು. ಆ ಬಳಿಕ ಅಮ್ಮಣ್ಣಿಯಂಥ ಹಲವು ಜನರ ಕಥೆ ಹೇಳಿದಳು. ಕೊನೆಗೆ ತನ್ನ ಹೆಸರನ್ನು ಆ ದೀರ್ಘ ಶಿಶುವೃತೆಯರ ಸಾಲಿಗೆ ಸೇರಿಸಿದಳು. ಕೇಳುತ್ತ ಕೇಳುತ್ತ ದೇವಮ್ಮನ ಅಳು ನಿಂತಿತು. ಅವಳು ತಬ್ಬಿಬ್ಬಾದಳು. ತಾನು ಕೇಳಿದ ಚರಿತ್ರೆಗಳನ್ನು ಅಲ್ಲವೆನ್ನಲು ಸಾಧ್ಯವಿರಲಿಲ್ಲ. ಅವರಿಗಿಂತ ತಾನು ಹೆಚ್ಚಿಗೆ ಎನ್ನಲು ಧೈರ್ಯವಿರಲಿಲ್ಲ. ಇತ್ತ ತಿಂಗಳಿಗೆ ಎರಡು ರೂಪಾಯಿಗಳು ಸಿಕ್ಕಿದರೆ ಕಹಿಯೆನಿಸಲೂ ಇಲ್ಲ. ಇನ್ನೂ ಮುಂದೆ ಅಮ್ಮಣ್ಣಿಯಂತೆ ಆರೆಂಟು ಮಕ್ಕಳಾದರೆ ಅವುಗಳನ್ನು ಸಾಕುವುದು ಹೇಗೆ ಎಂದೂ ಹೊಳೆಯಿತು.... ಕೊನೆಗೆ ಗೆಳತಿಯಿಂದ ಆ ನಿಜವಾಣಿಗಳು 'ನಾವೇನು ಸಾವಿತ್ರಿಯರೇ, ಸೀತಮ್ಮನವರೇ' ಎಂದ ಮಾತು ಕೇಳಿಸಿತು.

ಅವಳು ತಣ್ಣಗೆ ಮುಗ್ಧಳಾಗಿ ನಿಂತ ಗಳಿಗೆಯಲ್ಲಿ, ಅದೇ ಮೇಸ್ತ್ರಿಯು ಹೊರಕ್ಕೆ ಬಂದನು. ತನ್ನ ಪ್ರೀತಿಯ ಕೈಯನ್ನು ಕೊಟ್ಟು ಅವಳನ್ನು ಒಳಕ್ಕೆ ಒಯ್ದನು.

ಕೆಲವು ಸಮಯವು ಸಂದಿತು. ಹೀಗೆ ದೇವಮ್ಮನ ಅಂತರಂಗವು ಅವಳ ಒಡಲಲ್ಲೇ ಇದ್ದಿತು. ಅಥವಾ ಹೆಚ್ಚೆಂದರೆ ಆ ಕಾರ್ಖಾನೆಯ ಹತ್ತೆಂಟು ಗೆಳತಿಯರಿಗೆ ತಿಳಿದಿತ್ತು. ಯಾರೂ ಅವಳನ್ನು ದೂರುವಂತಿದ್ದಿಲ್ಲ. ತಮ್ಮ ಬಾಳ್ವೆಯ ಒಂದು ಅಂಗವೇ ಮಾನಗೇಡಿತನವೆಂದು ಅವರು ತಿಳಿದಿದ್ದರು.

ಒಂದು ದಿನ – ಅದೆಂಥ ದಿನವೋ! ಬಂದಿತು. ದೇವಮ್ಮನ ಸಂಸಾರದಲ್ಲಿ ನಾಲ್ಕನೆಯ ಜನನವಾಯಿತು. ಗುಂಡಪ್ಪನಿಗೆ ಪತ್ನಿಯು ಗರ್ಭಿಣಿಯೆಂದು ಕೇಳಿ

ಬೇಸರವಾಗಿತ್ತು; ಇನ್ನು ಮುಂದೆ ಹುಟ್ಟುವ ಮಕ್ಕಳಿಗೆ ಈ ಬರಗಾಲದ ದಿನಗಳಲ್ಲಿ ಸಾಕುವುದಕ್ಕಿಲ್ಲವೆಂದು. ಆದರೆ ಕೂಸು ಹುಟ್ಟಿತೆಂದು ಸುದ್ದಿ ಕೇಳಲು ಸಂತೋಷದಿಂದ ತಾಯಿಯ ಬಳಿಗೆ ಬಂದನು. ಮಗುವು ಬಳಿಯಲ್ಲಿ ಮಲಗಿತ್ತು. ಮಗುವಿನ ದರ್ಶನವಾಯಿತು. ಎದೆ ಬಿರಿಯಿತು! ಮಗುವಿನ ಮೈಬಣ್ಣವು ತೀರ ತೀರ ಕರಿದಾಗಿತ್ತು. ತನ್ನಂತೆಯೂ ಅದಿರಲಿಲ್ಲ. – ತನ್ನ ದೇವಕಿಯಂತೆಯೂ ಇರಲಿಲ್ಲ. ವ್ಯಥೆಯು ತಡೆಯಲು ಆಗಲಿಲ್ಲ. "ಅಮ್ಮಣ್ಣಿಯಂತೆ, ನೀನು ಸಾವಿರಕ್ಕೆ ಇನ್ನೊಬ್ಬಳಾದೆಯಾ?" ಎಂದನು. ಹಿಂದೆ ತಾನೇ ಆಡಿದ ಮಾತು ಅವನಿಗೆ ಚೆನ್ನಾಗಿ ನೆನಪಿನಲ್ಲಿತ್ತು. ದೇವಮ್ಮನು ಕಣ್ಣೀರನ್ನು ಕರೆದಳು. ತನ್ನ ಕಥೆಯನ್ನು ಅತ್ತು ಅತ್ತು ಹೇಳಿಕೊಂಡಳು. ಗುಂಡಪ್ಪನ ಒಡಲು ಕರಗಿತು. ಸಿಟ್ಟನ್ನು ಸಂತವಿಸಿಕೊಂಡನು – ತನ್ನನ್ನು ತಾನೇ. ನಿಟ್ಟುಸಿರು ಬಿಟ್ಟನು – "ನಿಜ, ಒಬ್ಬೊಬ್ಬರೇ ಸೇರಿ ಸಾವಿರವಾಗುವುದು" ಎಂದನು.

■

ಅಂತರಂಗ

ವಿಶ್ವವೆಲ್ಲಾ ನರ್ತಿಸುತ್ತಿದೆ, ನಲವಿನಿಂದ ನಲಿಯುತ್ತಿದೆ. ತಮ್ಮೊಳಗೆ ಒಲವಿನಿಂದ ಕೂಡಿ ಆಡುತ್ತಿದೆ. ಎಲ್ಲಿ ನೋಡಿದರಲ್ಲಿ ಚೆಲುವುಂಟು. ಸೃಷ್ಟಿಯ ಅಂತರಂಗ ಬಹಿರಂಗಗಳೆಲ್ಲ ಚೆಲುವಿನಿಂದ ಸೂಸಿ ಹರಿಯುತ್ತದೆ. ದೇವಾನುದೇವತೆಗಳು ಸಹ ವಿಶ್ವದ ತಾರೆಗಳನ್ನೋ, ಇಳೆಯ ಸೃಷ್ಟಿವರ್ಗವನ್ನೋ ಕಂಡು ಮುಗ್ಧರಾಗಿ – ಮಹಾ ಶಿಲ್ಪಿ ವಿಶ್ವಕರ್ಮನ ಮುಂದೆ ಕರಜೋಡಿಸಿ ನಿಂತು "ಹೇ ಮಹಾ ಶಿಲ್ಪಿ! ನಿನ್ನ ಕೆಲಸವೆಂದರೆ ಪರಿಪೂರ್ಣವಾದುದು. ನೀನು ಮಾಡಿದ ಸೃಷ್ಟಿಲೀಲೆಯು ಅನುಪಮ ಲೀಲೆಯು. ನಿನ್ನ ಕರಕುಶಲವು ಅತ್ಯದ್ಭುತವಾದುದು. ನಿನ್ನ ಲೀಲೆಯ ಸ್ವಾರಸ್ಯವು ಅವರ್ಣನೀಯವಾದುದು" ಎಂದು ಹೇಳುತ್ತಲಿದ್ದರು. ವಿಶ್ವಕರ್ಮನು ತನ್ನ ಲೀಲೆಯು ಅಂತಹುದೇ ಎಂದು ಅರಿತಿದ್ದನು. ಅವನ ಕೃತಿಗಳಲ್ಲಿ ಪ್ರೇಮ, ಸೊಗಸು, ಸೌರಸ್ಯಗಳೇ ತುಂಬಿತುಳುಕುತ್ತಿದ್ದುವೆಂದು ಅವನಿಗೂ ತಿಳಿದಿವೆ. ಆದರೂ ಚೇಷ್ಟೆಗೋ ಹೆಮ್ಮೆಗೋ "ಪ್ರಿಯ ದೇವತೆಗಳಿರಾ! ನೀವೆಲ್ಲರೂ ಒಂದೇ ತೆರನಾಗಿ ಹೇಳುತ್ತಿರುವಿರಿ. ಆದರೆ ನನ್ನ ಸೃಷ್ಟಿಯನ್ನು ಸಂದರ್ಶಿಸಿ ಹೋದವರಲ್ಲಿ ಯಾರಿಗಾದರೂ ವೈರ, ವಿಕಾರ, ಸ್ವರಭಂಗಗಳು ಕಾಣಿಸಲಿಲ್ಲವೇ?" ಎಂದನು. ಕಾಣಿಸಿತೆಂದು ನುಡಿಯಲು ಯಾರು ಸಮರ್ಥರು! ಎಲ್ಲರೂ "ಇಲ್ಲ; ದೇವ ಶಿಲ್ಪ–ಸೌರಸ್ಯವನ್ನು ಭಂಗಗೊಳಿಸುವ ಒಂದು ಬಿಡು ಸ್ವರವೂ ಸಹ ನಿನ್ನೀ ಸೃಷ್ಟಿಯ ಗಾನತರಂಗದಲ್ಲಿಲ್ಲ!" ಎಂದರು. ವಿಶ್ವಕರ್ಮನು ತನ್ನ ಕೃತಿಯ ಪ್ರಶಂಸೆಯಿಂದ ತಾನೇ ಪುಲಕಿತನಾಗುವುದರಲ್ಲಿದ್ದನು. ಅಷ್ಟರಲ್ಲಿ–ರಸ ಸೌರಸ್ಯಗಳಲ್ಲಿ ಪ್ರವೀಣನಾದ ದೇವಮುನಿಯು "ಮಹಾಶಿಲ್ಪಿಯೇ, ಸಿಟ್ಟಾಗಬೇಡ

– ನನ್ನ ಸೂಕ್ಷ್ಮ ಕಿವಿಗೆ ನಿನ್ನ ಸೃಷ್ಟಿ ರಾಷ್ಟ್ರದ ಒಂದೆಡೆಯಿಂದ ಅಪಸ್ವರವು ಕೇಳಿಸುತ್ತಿದೆ" ಎಂದನು. ಶಿಲ್ಪಿಯು ತಿರುಗಿ ಹಸನ್ಮುಖಿಯಾಗಿ "ನಾರದಾ, ನಿಜವೇ? ಹಾಗಿದ್ದರೆ, ಎಲ್ಲಿಂದ ಆ ಅಪಸ್ವರವು ಹೊರಟಿತೆಂದು ಹೇಳಬಲ್ಲೆಯಾ?" ಎಂದನು. ನಾರದನು "ಹೇಳಿದರೆ ನೀನು ಸಿಟ್ಟಾಗಲಾರೆಯಷ್ಟೇ?" ಎಂದನು. ಸಿಟ್ಟಾಗುವುದಿಲ್ಲವೆಂಬ ಭರವಸೆಯು ದೊರೆಯಲು, ನಾರದನು ಹೇಳಿದನು – "ಮಹಾ ಶಿಲ್ಪಿಯೇ! ನೀನು ರಚಿಸಿದ ಮಾನವ ದಂಪತಿಗಳಿಂದ ನಾನು ಅಪಶ್ರುತಿಯನ್ನು ಕೇಳಿದೆನು" ಎಂದನು. ಸಿಟ್ಟು ಬಂದಿತು. – "ನಾರದಾ, ನೀನು ಮಿಕ್ಕವರಲ್ಲಿ ಎಂದಿದ್ದರೆ ನನಗೆ ಬೇಸರವಿಲ್ಲವಿತ್ತು. ನಾನು ನನ್ನ ಕಲೆಯನ್ನು ಯಾರಲ್ಲಿ ಪೂರ್ಣಗೊಳಿಸಿ, ಯಾರನ್ನು ನನ್ನಂತೆಯೇ ಸೃಷ್ಟಿಕರ್ತರನ್ನಾಗಲು ಮಾಡಿಟ್ಟೆನೋ ಅವರಲ್ಲಿ ಅಪಸ್ವರವೇ! ತೀರ ಸುಳ್ಳು" ಎಂದನು. ಅವನ ಮನವು ತಡೆಯಲಿಲ್ಲ. "ನಾರದಾ! ನನ್ನ ಕೃತಿಯ ಕೌಶಲ್ಯವನ್ನು ಅರಿತಿದ್ದರೆ ನೀನು ಹೀಗೆ ಆಡುತ್ತಿರಲಿಲ್ಲ. ನಾನು, ಈ ಮಾನವ ಕುಟುಂಬದ ಪ್ರಾಣಿಯು, ಸೃಷ್ಟಿಯಲ್ಲಿನ ಆದರ್ಶ ಜೀವಿಯಾಗಲೆಂದು ಮಾಡಿದೆನು. ನಾರದಾ, ಇತರ ನನ್ನ ಕೃತಿಗಳೆಷ್ಟರಲ್ಲೊ ಗಂಡು ಹೆಣ್ಣೆಂದು ಮಾಡಿರುವೆನು. ಅಂತೆಯೇ ಇವರಲ್ಲಿಯೂ ಮಾಡಿರುವೆನು. ಆದರೆ ನಾರದಾ, ಈ ಜೀವಿಗಳ ಶರೀರವು ಭಿನ್ನವಾಗಿದ್ದರೂ ಅವರಲ್ಲಿನ ಬುದ್ಧಿಗಳು ಆತ್ಮಗಳು ಒಂದಾಗುವಂತೆ ಅವರಲ್ಲಿ ಚೇತನವನ್ನು ಕೊಟ್ಟಿರುವೆನು. ಅವರು ಸೃಷ್ಟಿಯಲ್ಲಿ ಸಂಪೂರ್ಣ ಸ್ವಾತಂತ್ರ್ಯದಿಂದ ವರ್ತಿಸಬಲ್ಲರು ನಿಜ. ಅವರಿಗೆ ಉಭಯತರ ಗೆಳೆತನವು ಅವಶ್ಯವೆಂದು ಅವರು ಮಿಕ್ಕ ಪ್ರಾಣಿಗಳು ಹೊಂದದ ಆತ್ಮೈಕ್ಯವನ್ನು ಹೊಂದುವಂತೆ ಮಾಡಿರುವೆನು! ಯಮಧರ್ಮ– ನಿನಗೆ ಸೃಷ್ಟಿಯ ವಿಚಾರವು ತಿಳಿದಿದೆ"–ಎಂದು ಯಮರಾಜನ ಕಡೆಗೆ ಮೋರೆ ಮಾಡಿದನು. ಯಮರಾಯನು ನಯವಿನಯದಿಂದ "ದೇವಾ, ಮಾನವ ದಂಪತಿಗಳು ಶರೀರ ತ್ಯಾಗದ ಕಾಲದಲ್ಲಿಯೂ ಸಹ ಒಂದಾಗುವರು. ಅವರು ಸಹಗಮನವನ್ನಾಚರಿಸುತ್ತಿರುವರು" ಎಂದನು. ನಾರದನು "ನಿಜ ಯಮರಾಯಾ, ಸಹಗಮನವು ಅವರಲ್ಲಿದೆ! ಆದರೆ ಅವರಲ್ಲಿ ಸ್ತ್ರೀಯು ಮೊದಲಾಗಿ ಮಡಿದರೆ ಪುರುಷನು ಸಹಗಮನ ಮಾಡುತ್ತಾನೆಯೇ?" ಎಂದು ಕೇಳಲು ಯಮನ ಉಸಿರುಕಟ್ಟಿತು. ವಿಶ್ವಕರ್ಮನು ಯೋಚನಾಪರನಾದನು. ಅವನ ಯೋಚನೆಯಂತೆ ಮಾನವೀ ದಂಪತಿಗಳಲ್ಲಿನ ಗಂಡು ಹೆಣ್ಣುಗಳಲ್ಲಿ ಯಾರೇ ಮಡಿಯಲಿ, ಇನ್ನೊಬ್ಬರು ಉಳಿಯಲಾರರು ಎಂಬಂತೆ ಉದ್ದೇಶಿಸಿದ್ದನು. ಆದರೆ ಯಮರಾಯನು ಸರಿಯಾಗಿ ಉತ್ತರಿಸದಿದ್ದುದನ್ನು ಕಂಡು ತಾನೇ ನೋಡಿಕೊಂಡು ಬರುವೆನೆಂದು ಹೊರಟನು. ದೇವತೆಗಳು ತಮ್ಮಲ್ಲೇ ಪಿಸುಮಾತಿಗೆ ತೊಡಗಿದರು. ನಾರದನು ಎಲ್ಲರ ತಂಟೆಗೆ ಹೋಗುತ್ತಿರುವನೆಂದು ಈಗ ವಿಶ್ವದ ನಿರ್ಮಾಣಕಾರನಾದ ವಿಶ್ವಕರ್ಮನ ಸೃಷ್ಟಿಯನ್ನೇ ಟೀಕಿಸಿದುದು ತಪ್ಪಾಯಿತೆಂದು ನುಡಿದರು. ಆದರೆ ನಾರದನು ಅಂತರಂಗದಲ್ಲಿ ನಗುತ್ತಿದ್ದನು.

ವಿಶ್ವಕರ್ಮನು ಭೂಮಿಗವತರಿಸಿದನು. ಗಾಳಿಯ ರೂಪದಿಂದ ಸಂಚರಿಸತೊಡಗಿದನು. ಮಾನವರಿರುವ ಎಲ್ಲೆಡೆಗಳನ್ನು ಶೋಧಿಸತೊಡಗಿದನು. ಅವನಿಗಾಶ್ಚರ್ಯವಾಯಿತು. ನಾರದನೆಂದಂತೆ ತನ್ನ ಸೃಷ್ಟಿಗಾನದಲ್ಲಿ ಅಪಶ್ರುತಿಯು ಹೊರಟಂತೆ ಕೇಳಿಸಿತು. ಎಲ್ಲಿ ನೋಡಿದರೂ ಅಲ್ಲಿ ಇದೇ ಪಾಡು. ಸಿಟ್ಟಾದನು–ಅವನು ನಿಯೋಜಿಸಿದಂತೆ ಅವನ ಮೂಲ ನಿರ್ಮಾಣದ ಸ್ತ್ರೀ ಪುರುಷರು ತಮ್ಮ ಕಾರ್ಯವನ್ನು ಪೂರೈಸಿ ಸ್ವರ್ಗಕ್ಕೆ ಮರಳಬೇಕೆಂದಿತ್ತು. ಆದರೆ ವಿಶ್ವಕರ್ಮನು ತನ್ನ ದಿವ್ಯ ದೃಷ್ಟಿಯನ್ನು ಸ್ವರ್ಗಕ್ಕೆ ಹರಿಸಿದರೆ ಅಲ್ಲಿ ಅವರೇ ಇಲ್ಲದಾಯಿತು. ಇನ್ನೇನು ಮಾಡಲಿ! ಈ ಅಪಶೃತಿಯ ರಹಸ್ಯವೇನು?– ಎಲ್ಲಿಂದ ಹೊರಡುತ್ತಿದೆ– ಎಂದು ಹುಡುಕುವುದರ ಸಲುವಾಗಿ– ಈ ಮಾನವ ಮರಿಗಳ ಹಿರಿಯರನ್ನು ಹುಡುಕಹೋದನು. ಅವರಿರುವಲ್ಲಿಗೆ ಹೋಗಿ ತನ್ನ ಆಗಮನವನ್ನು ತಿಳಿಸಿದನು. ಆದಿಪುರುಷನು ಅವನ ಮುಂದೆ ಬಂದು ನಮಿಸಿ–"ದೇವಾ! ಏನಿದು! ಅಪೂರ್ವದ ಆಗಮನ. ನಿನ್ನ ದಯೆಯಿಂದ, ನಿನ್ನ ಪ್ರತಿಬಿಂಬವೆಂಬ ಮಾನವ ಜೀವಿಗಳು– ಇಂದು ಇಳೆಯಲ್ಲಿ ನಾಯಕರಾಗಿ ಮೆರೆಯುತ್ತಿರುವರು," ಎಂದನು. ವಿಶ್ವಕರ್ಮನು "ಆದಿ ಪುರುಷ ಸುಮ್ಮನಿರು. ಇಳೆಗೆ ನಾಯಕರಾಗಿರುವವರು ತಮಗೆ ತಾವೇ ಆಳಾಗುತ್ತಿರುವರೇ?" ಎಂದನು. ಅದರ ಮರ್ಮವು ಆದಿಪುರುಷನಿಗೆ ಹೊಳೆಯಿತು. ಅವನು ಕರ ಜೋಡಿಸಿ "ದೇವಾ! ನಿನ್ನಿಂದ ಶಕ್ತಿಯನ್ನು ಪಡೆದ ನಾವು ಸೃಷ್ಟಿಯನ್ನು ಉಪಕ್ರಮಿಸುವ ಮೊದಲು ವಿವಾಹಿತರಾದೆವು. ಸತಿಪತಿಯರಾದ ನಾವು ಸರಿಸಮರೆಂದು ನಮ್ಮ ಯಾವತ್ತು ಕ್ರಿಯೆಗಳಲ್ಲೂ ವರ್ತಿಸುತ್ತಿರುವೆವು" ಎಂದನು. ಈ ಉತ್ತರವು ವಿಶ್ವಕರ್ಮನಿಗೆ ತೃಪ್ತಿಯನ್ನು ಕೊಡಲಿಲ್ಲ. ಅವನು ಆದಿಪ್ರಕೃತಿಯನ್ನು ಕರೆದು "ಮಗಳೇ, ಏನು ನಿನ್ನ ಪತಿಯು ನುಡಿಯುವುದು ನಿಜವೇ? ನಿನ್ನನ್ನು ಅವನು ಚೆನ್ನಾಗಿ ಕಾಣುತ್ತಿರುವನೇ?" ಎಂದನು. ಆದಿ ಪ್ರಕೃತಿಯು ತಲ್ಲಣಿಸುತ್ತ "ನಿಜ, ನನ್ನೊಡೆಯಾ" ಎಂದಳು. ಅವಳ ತಲ್ಲಣವನ್ನು ಕಂಡ ವಿಶ್ವಕರ್ಮನಿಗೆ ಸಂಶಯವಾಯಿತು. ಅವನು ಆಗ "ಬರುತ್ತೇನೆ ಮಗಳೇ" ಎಂದು ಕಣ್ಮರೆಯಾದನು. ಆದರೆ ಅಲ್ಲಿಗೆ ತಿರುಗೊಮ್ಮೆ ಬಂದನು. ಬರುವಾಗ ಅದೃಶ್ಯ ಶರೀರಿಯಾಗಿ ಬಂದನು. ಬರುವಾಗ ನೋಡುವನೇನನ್ನು–"ಆದಿಪುರುಷನು ವಿಲಾಸದಿಂದ ಕುಳಿತು ಹಣ್ಣು ಹಂಪಲುಗಳನ್ನು ಸೇವಿಸುತ್ತಿರುವನು. ಅವನ ಕಾಲಬುಡದಲ್ಲಿ ಆದಿನಾರಿಯು ಕುಳಿತು ಕಾಲು ತಿಕ್ಕುತ್ತಿರುವಳು"–ವಿಶ್ವಕರ್ಮನಿಗೆ ಅತ್ಯುಗ್ರಕೋಪವು ಬಂದಿತು. ಆದರೆ ಅದನ್ನು ತೋರಿಸಿಕೊಳ್ಳಬಾರದೆಂದು ಸುಮ್ಮನಿದ್ದನು.

ಒಂದೆರಡು ತಾಸುಗಳಲ್ಲಿ, ಆದಿಪುರುಷನು ತನ್ನ ಮಡದಿಯನ್ನು ಬಿಟ್ಟು ಅದೆಲ್ಲಿಗೋ ವಿಹಾರಕ್ಕೆ ಹೊರಟನು. ಅವನಿಲ್ಲದ ಈ ಗಳಿಗೆಯಲ್ಲಿ ತಿರುಗಿ ವಿಶ್ವಕರ್ಮನು ಆ ಮನೆಯಲ್ಲಿ ಕಾಣಿಸಿಕೊಂಡನು. ಆಗ ಆದಿ ಪ್ರಕೃತಿಗೆ ಆಶ್ಚರ್ಯವಾಯಿತು–"ತಂದೆಯೇ,

ಇದೇನು ತಿರುಗಿ ಬಂದೆ?" ಎಂದು ಕೇಳಿದಳು. ಆಗ ಅವನು ಕರುಣೆಯಿಂದ "ಮಗಳೇ, ನೀನಾಗ ಸುಳ್ಳಾಡಿದೆ. ಆಡುವಾಗಲೇ ನೀನು ತಲ್ಲಣಿಸುತ್ತಿದ್ದೆ. ಸತ್ಯವನ್ನು ಹೇಳು. ನೀನು ಸುಖಿಯಾಗಿರುವೆಯಾ? ನಿನ್ನ ಅಂತರಂಗವನ್ನು ತಿಳಿಯುವುದಕ್ಕಾಗಿಯೇ ನಾನಿಲ್ಲಿಯ ತನಕ ಬಂದಿರುವೆನು" ಎಂದನು. ಆದಿಪ್ರಕೃತಿಗೆ ಭೀತಿಯಾಯಿತು. "ಅಪ್ಪಾ–ನಾನಾಡಿದುದು ಸುಳ್ಳು ನಿಜ. ಆದರೆ ಬೇರೇನೂ ಹೇಳಲಾರೆ. ಅವರು ಈಗಲೇ ಬರಬಹುದು."

■